மகாபாரதம்

மகாபாரதம்

கணேஷ் தேவி (பி. 1950)

ஆங்கிலம், மராத்தி, குஜராத்தி மொழிகளில் எழுதிவருபவர் பரோடாவின் மகாராஜா சாயாஜி ராவ் பல்கலைக்கழகத்திலும் திருபாய் அம்பானி தகவல் தொழில்நுட்பக்கழகத்திலும் ஆங்கிலப் பேராசிரியராகப் பணிபுரிந்தவர். பாஷா ரிசர்ச் இன்ஸ்டியூட் (பரோடா), ஆதிவாசி அகாதமி (தேஜ்கத்) ஆகிய அமைப்புகளை நிறுவியவர். இந்தியாவில் ஆதிவாசிகள், நாடோடிச் சமூகங்கள் மத்தியில் பல ஆண்டுகள் பணிபுரிந்திருக்கிறார். இந்தியாவிலுள்ள வாழும் மொழிகள் அனைத்தையும் பற்றிய விரிவான ஆவணமாக்கல் *(People's Linguistic Survey of India (PLSI)* – இந்திய மக்கள் மொழியியல் ஆய்வு) பணிக்குத் தலைமைத் தாங்கியவர். இந்தப் பணியின் பலனாக 50 தொகுதிகள் வெளிவந்தன. எழுத்துக்காகவும் சமூகப் பணிக்காகவும் பத்மஸ்ரீ, பிரின்ஸ் கிலாஸ் விருது *(Prince claus Award)* லிங்குவாபேக்ஸ் விருது *(Linguapax Award)* ஆகிய விருதுகளைப் பெற்றிருக்கிறார்.

'After Amnesia', 'Of Many Heroes', 'Painted Words', 'A Nomad Called Thie', வானப்பிரஸ்தா (மராத்தி), 'ஆதிவாசி ஜானே சே' (குஜராத்தி) ஆகியவை இவருடைய பிரபலமான நூல்களில் சில. சுதேசிக் கலாச்சாரங்கள், அறிவுச் செல்வம் ஆகியவை குறித்து ஆறு தொகுப்புகள் கொண்ட நூல் தொடரின் இணை–பதிப்பாசிரியர் (இணை–ஆசிரியர்). சமூகச் செயல்பாட்டாளராகவும் விளங்கும் இவர் நாடோடி இனக் குழுக்களுக்கான உரிமைகளைப் பெற்றுத்தருவதற்கான இயக்கத்தின் முன்னணியில் நின்று பங்காற்றியிருக்கிறார். எழுத்தாளர்கள், கலைஞர்கள் ஆகியோருக்கான தக்ஷிணாயண் இயக்கத்தை அண்மையில் தொடங்கியிருக்கிறார். தற்போது கர்நாடக மாநிலத்திலுள்ள தார்வாட் என்னும் ஊரில் வசித்துவருகிறார்.

தொடர்புக்கு: ganesh_devy@yahoo.com

அரவிந்தன் (1964)

மொழிபெயர்ப்பாளர்

கடந்த 33 ஆண்டுகாளாகப் படைப்பிலக்கியம், மொழியாக்கம், இதழியல் துறைகளில் செயலாற்றி வருபவர். புனைவுகள், இலக்கிய விமர்சனங்கள், திரைப்படப் பார்வைகள், அரசியல் விமர்சனங்கள், கிரிக்கெட் அலசல்கள், மொழியாக்கங்கள், மொழிநடைக் கையேடு என 25க்கும் மேற்பட்ட நூல்களை எழுதியிருக்கிறார். இவருடைய மொழிபெயர்ப்பில் வெளியான *'பால சரஸ்வதி: அவர் கலையும் வாழ்வும்'* என்னும் நூலுக்காகக் கனடா இலக்கியத் தோட்டத்தின் சிறந்த மொழிபெயர்ப்புக்கான விருதைப் (2018) பெற்றவர்.

தொடர்புக்கு: aravindanmail@gmail.com

கணேஷ் தேவி

மகாபாரதம்
ஒரு படைப்பு தேசத்தின் காவியமான கதை

தமிழில்
அரவிந்தன்

காலச்சுவடு பதிப்பகம்

அன்பார்ந்த வாசகருக்கு,

வணக்கம்.

காலச்சுவடு நூலை வாங்கியமைக்கு நன்றி.

நூலின் உள்ளடக்கம், உருவாக்கம், அட்டைப்படம் இன்ன பிற அம்சங்கள் பற்றிய உங்கள் கருத்துகளையும் ஆலோசனைகளையும் காலச்சுவடு வரவேற்கிறது. தகவல், எழுத்து, வாக்கியப் பிழைகள் தென்பட்டால் கட்டாயம் தெரிவித்து உதவுங்கள். நூல் தயாரிப்பில் கடும் குறைபாடு இருப்பின் மாற்றுப் பிரதி உங்களுக்குக் கிடைக்கக் காலச்சுவடு ஏற்பாடு செய்யும்.

மின்னஞ்சல்: publisher@kalachuvadu.com

காலச்சுவடு நாகர்கோவில் அலுவலகத்திற்குக் கடிதம் அனுப்பலாம்.

தங்கள்

எஸ்.ஆர். சுந்தரம் (கண்ணன்)
பதிப்பாளர் — நிர்வாக இயக்குநர்

MAHABHARATA
THE EPIC AND THE NATION by G.N. DEVY

மகாபாரதம் ◆ திறனாய்வு ◆ ஆசிரியர்: கணேஷ் தேவி ◆ © ஜி.என். தேவி ◆ தமிழில்: D.I அரவிந்தன் ◆ மொழிபெயர்ப்புரிமை: D.I அரவிந்தன் ◆ காலச்சுவடு முதல் பதிப்பு: ஜூலை 2023 ◆ வெளியீடு: காலச்சுவடு பப்ளிகேஷன்ஸ் (பி) லிட்., 669, கே.பி. சாலை, நாகர்கோவில் 629001

காலச்சுவடு பதிப்பக வெளியீடு: 1209

mahaapaaratam ◆ Analysis ◆ Author: Ganesh Devy © G.N. Devy ◆ Translated by: D.I Aravindan ◆ Translation © D.I Aravindan ◆ Language: Tamil ◆ First Edition: July 2023 ◆ Size: Demy1 x 8 ◆ Paper: 18.6 kg maplitho ◆ Pages: 136

Published by Kalachuvadu Publications Pvt. Ltd., 669, K.P. Road, Nagercoil 629001, India ◆ Phone: 91-4652-278525 ◆ e-mail: publications@kalachuvadu.com ◆ Printed at Mani Offset, Chennai 600077

ISBN: 978-81-19034-38-3

07/2023/S.No.1209, kcp 4480, 18.6 (1) 9ss

மொழிபெயர்ப்பாளரின் குறிப்பு

இந்த நூலின் மொழியாக்கத்தில் உதவியவர்கள் பலர். ரிக்வேதத்திலிருந்து இரு பகுதிகளின் ஆங்கில மொழியாக்கத்தை நூலாசிரியர் மேற்கோள் காட்டியிருக்கிறார். இதை ஆங்கிலத்திலிருந்து மொழியாக்கம் செய்வதற்குப் பதில் சமஸ்கிருதத்திலிருந்து தமிழில் மொழியாக்கம் செய்யப்பட்ட பிரதி கிடைக்குமா எனத் தேடிக்கொண்டிருந்தபோது ஆ.இரா. வேங்கடாசலபதி, ம.ரா. ஜம்புநாதன் என்னும் அறிஞரின் மொழியாக்கத்தைச் சுட்டிக்காட்டினார். ஜம்புநாதனின் அற்புதமான மொழியாக்கம் இணையத்தில் கிடைத்தாலும் குறிப்பிட்ட பகுதியை அடையாளம் காண்பதில் ஏற்பட்ட சிக்கலை ஆறுமுகத் தமிழன் எளிதாகத் தீர்த்துவைத்தார். குறிப்பிட்ட சில சொல்லாக்கங்களையும் தொடர்களையும் தமிழில் துல்லியமாகக் கொண்டுவருவதற்கு தி.அ. ஸ்ரீநிவாசன் உதவினார். மொழியியல் தொடர்பான பகுதிகளின் மொழியாக்கத்தைச் செப்பம் செய்து உதவியவர் பேராசிரியர் எஸ். ராஜாராம். இவர்களுக்கு என் மனமார்ந்த நன்றியைத் தெரிவித்துக்கொள்கிறேன்.

இந்திய மக்களிடத்தில் மகாபாரதம் பெற்றிருக்கும் அபரிமிதமான தாக்கத்தின் காரணங்களை ஆராயும் இந்த நூலை மொழிபெயர்த்த அனுபவம் மகாபாரதத்தினுள் மீண்டும் ஒருமுறை பயணம் செய்ய வாய்ப்பளித்தது. மகாபாரதம் குறித்த சிந்தனைகளைக் கூர்மைப்படுத்திக்கொள்ளவும் உதவியது. இதற்காக நூலாசிரியர் திரு. ஜி.என். தேவிக்கு என்னுடைய மனமார்ந்த நன்றி.

முன்னுரை

மகாபாரதத்தைப் பற்றி முதல்முதலாக எப்போது கேள்விப்பட்டேன் என நினைவுகூர முடிய வில்லை. நான் கேட்ட கதைகள் மகாபாரதத்தில் உள்ளவை என்பதை எப்போது அறிந்தேன் என்றும் தெரியவில்லை. நான் அறியாமலேயே இந்தக் காவியம் என்னுடைய சூழலை எனக்கான புராணமய மான வெளியாக மாற்றத் தொடங்கிவிட்டிருந்தது. என்னுடைய பால்ய காலத்தில் இலக்கியப் படைப்புகள், நாடகங்கள், திரைப்படங்கள், வாய்மொழிக் கதைகள், நாள்காட்டிகள், ஓவியங்கள், என்னுடைய கிராமத்தின் பொதுஇடங்களில் வரையப்பட்ட சித்திரங்கள் ஆகியவை மகாபாரதக் கதையின் பல்வேறு பகுதிகளை எனக்கு அறிமுகப்படுத்திக்கொண்டே இருந்தன. என்னைச் சுற்றிலும் இருந்த பலர் பேசிய மொழியும் நான் பேசிய மொழியும் என்னை அறியாமலேயே மகாபாரதத்திற்கும் எனக்குமான ஆழமான தொடர்பை உருவாக்கின. பின்னாளில் கல்லூரிகளிலும் பல்கலைக்கழகங்களிலும் நான் இலக்கியம் படித்தேன். இலக்கியமாக எதைப் படிக்கலாம், எதைப் படிக்க முடியாது என்பதைக் குறித்த எழுதப்படாத விதி இந்தக் கல்விப் புலங்களில் இருந்தது. இலக்கியப் படிப்பிற்குள் மகாபாரதம் வராது, வர முடியாது என்பதையே அந்த விதி கோடிகாட்டியது. இலக்கிய ஆசிரியர் என்ற முறையில் எந்த இலக்கியத்தை எப்படிக் கற்றுத் தருவது என்பது குறித்து நான் சில பரிசோதனைகளைச் செய்தாலும் கல்விப் புலத்தில் நிலவிய கண்ணுக்குத்

தெரியாத மரபுகளுக்கும் அவற்றின் 'ஒழுங்கு முறை' சார்ந்த பாரபட்சங்களுக்குள்ளும்தான் செயல்பட்டேன்.

அதன் பிறகு என் பாதையை மாற்றிக்கொள்ள முடிவுசெய்து ஆதிவாசிச் சமூகத்தினரிடம் பணிபுரியத் தொடங்கினேன். அங்கே மகாபாரதத்தின் மாறுபட்ட வடிவத்தை அவர்கள் நிகழ்த்துவதைக் கண்டேன். இது மகாபாரதத்தை மீண்டும் வாசிக்கும் ஆவலைத் தூண்டியது. அந்தச் சமயத்தில் என் வாழ்வில் பலவித நெருக்கடிகள் இருந்தன. முடிக்காத பணிகள், தவறிப்போன கெடுநாட்கள், நான் எதை எழுதியாக வேண்டும் என்ற நிர்ப்பந்தங்கள் ஆகியவை என்னை ஆக்கிரமித்திருந்தன. என்னுடைய சமூகச் செயல்பாடுகளும் என்னுடைய நேரத்தையும் கவனத்தையும் கோரிக்கொண்டிருந்தன. அரிதாகவே கிடைத்த எனக்கான நேரத்தில், ஒருநாள் நான் மகாபாரதத்தை மீண்டும் வாசிப்பேன்; அதன் பொருள் என்ன என்பதை, குறைந்தபட்சம் எனக்கு அது என்ன பொருள் தருகிறது என்பதைக் கண்டறிவேன் என்று எனக்கு நானே உறுதியளித்துக்கொண்டேன்.

பிறகு ஒரு காலத்தில், நான் அறுபது வயதைக் கடந்துவிட்ட சமயத்தில் விசித்திரமான வைரஸ் ஒன்று மனிதர்களிடையே ஊடுருவியது. எல்லா இடங்களும் மூடப்பட்டன. வீட்டிற்குள்ளேயே இருக்குமாறு மக்கள் அறிவுறுத்தப்பட்டார்கள். பல்கலைக்கழகங்கள், பள்ளிக்கூடங்கள், அலுவலகங்கள், தொழிற்சாலைகள், விவசாய நிலங்கள், சாலைகள், போர்கள், சந்திப்புகள், திரை/நாடக அரங்கங்கள், பொது அரங்கங்கள் என எல்லாமே மூடப்பட்டன. சூரியனும் சந்திரனும் தள்ளிப்போய்விட்டன. வைரஸ்களைப் பற்றிப் பேசவும் இதர வைரஸ்களைப் பரப்பவும் தொலைக்காட்சிகளும் கணினி/கைப்பேசித் திரைகளும் உயிர்ப்புடன் இருந்தன. நான் என்னுடைய விருப்பப்படி செயல்பட முடிந்தது. என் நினைவின் நூலைத் திறந்து, இரண்டாயிரம் ஆண்டுகளாக ஒரு தேசத்துடன் உரையாடிக்கொண்டிருக்கும் ஒரு கவிதையைப் பற்றிய சித்திரத்தைத் தீட்டிவிட வேண்டும் என முடிவுசெய்தேன். வருங்கால உலகம் கண்ணுக்குத் தெரிந்ததும் தெரியாததுமான வைரஸ்களிலிருந்து விடுதலைபெறும் என்னும் நம்பிக்கையுடன் இந்தப் பணியைச் செய்தேன். வருங்காலம் குறித்த நிம்மதி எனக்கு ஏற்பட்டது.

செப்டம்பர், 2020   **கணேஷ் தேவி**

பகுதி 1

காவியத் தேடல்

இதிகாசத்தின் இடம்

மகாபாரதம் அசாதாரணமானதொரு கலாச்சாரப் படைப்பு என்பதைச் சொல்ல வேண்டியதில்லை. உலக இலக்கியத்தில் மகத்தான படைப்புகளின் வரிசையில் அது வீற்றிருக்கிறது. காவியமென்ற இலக்கிய வகைமைக்குள் மிக உயர்ந்த இடத்தில் இருக்கிறது. இந்தியத் துணைக் கண்டத்தில் கோடிக்கணக்கான மக்களின் சிந்தனை யிலும் வாழ்விலும் ஆழமான செல்வாக்கைச் செலுத்தியிருக்கிறது. எண்ணற்ற வழிகளில் இன்றும் அது நமது வாழ்வின்மீது செல்வாக்குச் செலுத்தி வருகிறது. இந்தியக் கலாச்சாரம், நாகரிகம் ஆகியவற்றின் கற்பனைகளுக்கான எல்லைகளை மகாபாரதம் வகுத்திருக்கிறது என்று சொல்வது மிகையான கூற்றாக இராது. உருவான காலத்திலிருந்து இன்றுவரை வாய்விட்டுப் படித்தல், கதையாகச் சொல்லுதல், மறுவடிவங்கள், மொழிபெயர்ப்புகள், கவிதைகள், புனைவுகள், நாடகங்கள், நடனங்கள், சிற்பங்கள், ஓவியங்கள், திரைப்படங்கள், தொலைக்காட்சி, மின்னிலக்க ஊடகங்கள் ஆகிய வற்றின் மூலமாக அது உயிர் வாழ்ந்துவருகிறது. இந்தியாவில் பேரரசுகளும் அரச பரம்பரைகளும் உருவாகி மறைந்திருக்கின்றன. பல்வேறு சமயப் பிரிவுகள் உருவாகி மக்களிடையே பிரபலமாகிப் பிறகு வீழ்ந்திருக்கின்றன. பல்வேறு தத்துவங்கள் உருவாகியிருக்கின்றன. புதிய தத்துவங்கள்

அவற்றைப் பதிலீடு செய்திருக்கின்றன. கலை வடிவங்கள் பல உருவாகியிருக்கின்றன. பழையவற்றைக் காலாவதியாக்கிப் புதிய கலை வடிவங்கள் எழுச்சி பெற்றுள்ளன. ஆனால் மகாபாரதம் தன்னுடைய பார்வையாளர்களையும் வாசகர்களையும் பரவசமூட்டத் தவறியதேயில்லை. ஒவ்வொரு தனிமனிதரும் ஏதோ ஒரு விதத்தில் மகாபாரதத்துடன் தன்னை இணைத்துப் பார்த்துக் கொள்வதற்கான வாய்ப்பைக் காலந்தோறும் அது தொடர்ந்து வழங்கிவருகிறது. தனிநபர்கள் தன்னுள் ஆழமாகப் பயணிக்கவும் பல புள்ளிகளில் முரண்படவும் அது அனுமதிக்கிறது. காலம் அதன் சோபையை மங்கச் செய்துவிடவில்லை.

புராணம், மரபுவழிக் கதைகள், வரலாறு, கற்பனை ஆகியவற்றை ஒருங்கிணைத்துத் தரும் கதையாக மட்டும் அதைப் பார்த்தால் அது சொல்லும் கதை மிகவும் எளிமையானது. பங்காளிகளுக்கிடையே பயங்கரமான போர் நடக்கிறது. அந்தப் பிரதேசத்தில் உள்ள எல்லா மன்னர்களும் ஏதேனும் ஒரு தரப்பில் இணைந்து போரிடுகிறார்கள். கதை ஐந்து தலைமுறைகளை உள்ளடக்கியதாக விரிகிறது. போர் மட்டுமே 18 நாட்களுக்கு நடக்கிறது. போரின் ஒவ்வொரு நாளிலும் எதிர்பாராத திருப்பங்கள் நிகழ்கின்றன. சந்தனு, கங்காதேவி, சத்யவதி ஆகியோர் முதல் தலைமுறையின் முக்கியப் பாத்திரங்கள். இரண்டாவது தலைமுறையில் பீஷ்மர், வியாசர், விசித்திரவீரியன், சித்திரவீரியன், சித்ராங்கதன், அம்பை, அம்பாலிகை, அம்பிகா. மூன்றாவது தலைமுறையில் பாண்டு, குந்தி, மாத்ரி, திருதராஷ்டிரன், காந்தாரி, விதுரன், கிருஷ்ணனின் தந்தை வாசுதேவர் ஆகியோருடன் சில ரிஷிகளும் முக்கிய இடம் வகிக்கிறார்கள். கர்ணன், குந்தியின் மூன்று மகன்கள் (யுதிஷ்டிரன், பீமன், அர்ஜுனன்), மாத்ரியின் இரண்டு மகன்கள் (நகுலன், சகாதேவன்), துரியோதனன், துச்சாதனன் உள்ளிட்ட 100 சகோதரர்கள், கிருஷ்ணன், பலராமன், சகுனி ஆகியோருடன் மேலும் பல மன்னர்களும் இளவரசர்களும் நான்காம் தலைமுறையின் முக்கியப் பாத்திரங்களாக வருகிறார்கள். ஐந்தாம் தலைமுறையில் அபிமன்யு, உத்தரை, கடோத்கஜன் ஆகியோருடன் பல சிறிய கதாபாத்திரங்கள் இடம்பெறுகிறார்கள். இவர்கள் அனைவரும் பிரதான கதாபாத்திரங்கள் மட்டுமே.

சேவகர்கள், தூதுவர்கள், குறிசொல்பவர்கள், தேரோட்டிகள், போர்வீரர்கள், புராணப் பாத்திரங்கள் என மேலும் பலர் உள்ளனர். மனிதர்கள், மானுட உலகிற்கு அப்பாற்பட்டவர்கள், யதார்த்த உலகிற்கு அப்பாற்பட்ட நிழல் உலகைச் சேர்ந்தவர்கள் ஆகியோரின் கலவையாக மகாபாரதப் பாத்திரங்கள் அமைந்துள்ளன.

துரியோதனன், துச்சாதனன், துஸ்ஸகன், துஸ்சலன், ஜலகந்தன், சாமன், சஹன், விந்தன், அனுவிந்தன், துர்தர்ஷன், சுபாஹு, துஷ்ப்ரதர்ஷன், துர்மர்ஷனன், துர்முகன், துஷ்கர்ணன், விகர்ணன், சுலோசனன், சத்வான், சித்ரன், கபசித்ரன், சித்ராட்சன், சாருசித்ரன், சரஸனன், துர்மதன், துர்விகாஹன், விவில்சு, விகடிநந்தன், ஊர்ணநாபன், சுனாபன், நந்தன், உபநந்தன், சித்ரபானன், சித்ரவர்மன், சுவர்மன், துர்விமோசன், அயோபாஹு, மஹாபாஹு, சித்ராமகன், சித்ரகுண்டலன், பீமவேகன், பீமபேலன், வாலகி, பேலவர்த்தனன், உக்ராயுதன், சுஷேனன், குந்தாதரன், மஹோதரன், சித்ராயுதன், நிஷாம்கி, பாசி, பிருந்தாரகன், த்ரிதவர்மன், த்ரிதக்ஷத்ரன், சோமகீர்த்தி, அந்துதரன், த்ரிதஸந்தன், ஜராசந்தன், சத்யசந்தன், சதாசுவாகன், உக்ரஸ்ரவஸ், உக்ரசேனன், சேனானி, துஷ்பராஜன், அபராஜிதன், குந்தசி, விசாலாக்ஷன், துராதரன், த்ரிதஷ்டன், வதவேகன், சுவர்ச்சன், ஆதித்யகேது, பஹவாசி, நாகதத்தன், உக்ரசாயி, கவசி, கிராதனா, குந்தி, பீமவிக்ரன், தனுர்தரன், வீரபாஹு, ஆலோலுபன், அபயன், த்ரிதகர்மாவு, த்ரிதரதாஸ்ரயன், அனாத்ருஷ்யன், குந்தபேதி, விராவி, சித்ரகுண்டலன், பிரதாமன், அமப்ரமாதி, தீரகரோமன், சுவீர்யவான், தீர்க்கபாஹு, சுஜாதா, காஞ்சனத்வஜா, குந்தாசி, விரஜாசா. யுயுத்சு, திருதராஷ்டிரனுக்கு வைசிய குலத்தைச் சேர்ந்த மனைவியின் மூலம் பிறந்தவன்.

மகாபாரதத்தில் மயிர்க்கூச்செரியும் சம்பவங்கள்; உணர்ச்சிகரமானவை, சோகம் ததும்பியவை, யுகங்களின், முடிவுபற்றி முன்னெச்சரிக்கை விடுப்பவை, ஆத்ம விடுதலை பேசுபவை எனத் தொடங்கி இகபர வாழ்வுக்கான விஷயங் களைச் சொல்பவை, மறைஞானம் பேசுபவை, அறிந்துகொள்ளப் புதிரானவை என பல சம்பவங்கள் சித்தரிக்கப்படுகின்றன.[1] கதையாடலின் போக்கு ஒரு நிகழ்விலிருந்து மற்றொன்றுக்கு, ஒரு உணர்ச்சியிலிருந்து மற்றொன்றுக்கு என நம்மை இட்டுச் செல்கிறது. கதையோட்டம் விறுவிறுப்பாகவும் மனதை மயக்குவதாகவும் உள்ளது. இந்த இதிகாசம் சென்றடைந்த பரப்பும் விரிவானது.

பண்டைய இந்திய இலக்கியங்களில் வேதங்கள் மிகச் சிறுபான்மையினரான அறிஞர்களுக்குரியதாக வரம்பிடப் பட்டிருந்தது. இப்போதும் அது அப்படிதான் இருக்கிறது. பாலி, பிராகிருதம், சமஸ்கிருதம் ஆகிய மொழிகளிலும் நவீன இந்திய மொழிகளிலும் உள்ள காவியங்களும் படைப்புகளும் – ராமாயணம், மகாபாரதம் நீங்கலாக – இலக்கிய, பண்பாட்டுத் தளங்களில் மேம்பட்ட நிலையில் பயில்வோருக்கானதாகவே

1. மகாபாரதத்தில்

அறியப்படுகின்றன. பொது வாசகர்களுக்கு இவை பெயர்கள் மட்டுமே. பண்டைய நாடகங்கள் பற்றி நாடகத் துறையில் தீவிரமான ஈடுபாடு கொண்டவர்களுக்கு மட்டுமே தெரியும். இருபதாம் நூற்றாண்டின் முதல் பாதியில் இந்த நாடகங்கள் பொதுவான ரசிகர்களுக்காக மேடையேற்றப்பட்டாலும் இவற்றை எளிதாக நிகழ்த்திக்காட்டக்கூடிய இயக்குநர்களும் நடிகர்களும் போதிய அளவில் இல்லை. பண்டைய இந்தியப் பிரதிகளின் அடிப்படையில் உருவான இலக்கிய வெளிப்பாடு களும் பல நாடக, நாட்டிய வடிவங்களும் குறிப்பிட்ட சமூகப் பிரிவினர் மட்டுமே அடையாளப்படுத்திக்கொள்ளக்கூடிய வகையில் உள்ளன. ஆனால், ராமாயணமும் மகாபாரதமும் எல்லா வர்க்கத்தினரையும் பல்வேறு மொழி வாசகர்களையும் அனைத்து வயதினரையும் கவர்ந்து காலத்தால் அழியாத இந்திய இலக்கியப் பாரம்பரியமாகத் திகழ்கின்றன.

காலத்தை வெல்லும்படியாக அப்படி என்ன மாயம் மகாபாரதத்தில் இருக்கிறது? மகாபாரதத்தில் நிரம்பியிருக்கும் சாகசப் புராண நாயகர்களின் பாத்திரங்களும் அவர்களுடைய அசாதாரணமான வாழ்வு இந்நூலை வசீகரமானதாக ஆக்குகின்றனவா? போரில் சென்று முடியும் ஒவ்வொரு பாத்திரத்தின் செயலிலும் இருக்கும் காவியத் தன்மைதான் இந்தக் கதையின் மயக்கும் வசீகரத்திற்குக் காரணமா? இதிலுள்ள ஆழமான தத்துவச் சிந்தனைகள் வாசகர்களின் மனங்களைக் கவர்கின்றனவா? இணையற்ற முறையில் இவை அனைத்தும் ஒன்றாகச் சேர்ந்திருப்பதால்தான் இது அனைவரையும் பரவசப்படுத்துகிறதா? பெரிதும் மாறுபட்ட கலாச்சாரக் காலகட்டங்களைச் சேர்ந்த கோடிக்கணக்கான மக்களின் ஆழ்மனதில் இது பெற்றிருக்கும் ஒப்பற்ற இடத்திற்கு என்னதான் காரணம்? இந்தக் கேள்விகளுக்குப் பதில் சொல்ல முயலும் மகாபாரத உரைகளின் எண்ணிக்கையே பிரமிப்பூட்டுகிறது. உலகின் மகத்தான இலக்கியப் படைப்புகளில் ஹோமர் எழுதிய கிரேக்கக் காவியங்கள் (ஒடிசி, இலியட்) மேற்குலகில் ஷேக்ஸ்பியரின் நாடகங்கள், தாந்தேயின் டிவைன் காமெடி, இந்தியாவின் ராமாயணம் ஆகியவை தொடர்ந்து விமர்சகர் களின் கவனத்தைப் பெறுகின்றன. இந்தப் பட்டியலில் மகாபாரதத்திற்கும் இடம் உண்டு. மகாபாரதம் மகத்தான செவ்வியல் ஆக்கம் என்பதில் ஐயமில்லை. இதை நிரூபிப்பது என் நோக்கமல்ல. கடந்த ஐம்பது ஆண்டுகளாக இலக்கியத்தில் நான் செய்துவரும் ஆய்வில் எனக்குக் கண்கூடாகத் தெரிவதைக் குறிப்பிட விரும்புகிறேன். மகாபாரதம் அளவிற்கு எதிர்வினைகள், விளக்கங்கள், வியாக்கியானங்கள், மொழிபெயர்ப்புகள், பலவிதமான மாற்றங்கள், மூலப் பிரதியின் அடிப்படையிலான

புதிய படைப்புக்கள் ஆகியவற்றைப் பெற்ற வேறொரு படைப்போ படைப்பாளியோ உலகில் இல்லை. மேலே குறிப்பிட்டுள்ள செவ்வியல் படைப்புகளைக் காட்டிலும் மகாபாரதம் மேலானது என்பதை நிறுவுவதற்காக இதை நான் சொல்லவில்லை. வேதி தனிமத்தின் அணு எண், தோட்டாவின் வேகம் ஆகியவை போன்று இலக்கிய மேன்மையை அளக்க நிலைபெற்ற தெளிவான 'மதிப்பீடுகள்' எதுவும் இல்லை. பல்வேறு செவ்வியல் ஆக்கங்களின் மேன்மை தனிநபரின் ரசனையையே பொறுத்திருக்கிறது. மகத்தானதொரு படைப்பை இன்னொரு படைப்புடன் இயந்திரத்தனமாக ஒப்பிட முடியாது. மகாபாரதம் இத்தனை காலம் உயிர்ப்புடன் இருப்பது ஏன் என்பதைப் புரிந்துகொள்ள முயலும்போது ஒருவர் எதிர்கொள்ளக்கூடிய அலாதியான சிரமத்தைச் சுட்டிக் காட்டுவதற்காகவே மகாபாரதம் பெற்றுள்ள அசாத்தியமான கவனத்தைக் குறிப்பிடுகிறேன்.

மகாபாரதத்தின் மிகப் பழமையான வாய்மொழி மரபு வடிவம் 'பாரதம்' அல்லது 'ஜய – இதிஹாஸ்' (வெற்றியின் வரலாறு) எனக் குறிப்பிடப்பட்டது. மாபெரும் அழிவைத் தன் மையமாகக்கொண்ட வெற்றியின் கதை இது. இந்த அழிவை அதன் அளவிலேயே வைத்து ஏற்றுக்கொள்ள வேண்டும். இதை எழுதிய மகத்தான கவிஞராக வியாசர் என்பவரை மரபு குறிப்பிடுகிறது. ஆனால், தீவிரமாக ஆராய்ந்து பார்க்கும்போது இதை எழுதியவர் யார் என்பது குறித்த வரலாற்றுரீதியான கூற்றில் வினோதமான சில சிக்கல்கள் இருப்பது தெரிகிறது. மகாபாரதத்தை யார் இயற்றியிருந்தாலும் அவருடைய கவித்துவ ஆற்றல், விரிவான அறிவு, தத்துவரீதியான ஆழம் ஆகியவை அபாரமானவை. இந்தத் தன்மைகளே மகாபாரதத்தை அலசுவதை மாபெரும் சவாலாக்குகின்றன. மகாபாரதம் எதைத்தான் சொல்ல வருகிறது என்பதைக் குறித்து உறுதியாக எதையுமே சொல்ல நம்மால் முடியாது என்பது ஸ்தம்பிக்க வைக்கிறது. இது வெறும் கதைகளின் தொகுப்புதானா? குரு வம்சத்தின் காலத்தையும் அதன் மாபெரும் போரையும் சித்தரிப்பதைத் தவிர வேறு எந்த நோக்கமும் இன்றி அடுத்தடுத்து நம்மை உள்ளிழுத்துக்கொள்ளும் இயல்களின் நீரோட்டமா? கதைகளை நன்றாகத் தொகுத்துத் தருவதில் ஏதேனும் நோக்கம் இருக்கிறதா என்னும் கேள்வியை எழுப்ப ஒருவர் விரும்பலாம். இதிகாசத்தின் தரப்படுத்தப்பட்ட வடிவத்தில் சுமார் 88,000 சுலோகங்கள் உள்ளன. 97 சருக்கங்களாக இவை பிரிக்கப்பட்டுள்ளன. பெரிய பிரிவுகளாக 18 பருவங்கள் உள்ளன. ஆதி பருவம், சபா பருவம், ஆரண்ய பருவம், விராட பருவம், உத்யோக பருவம், பீஷ்ம பருவம், துரோண பருவம், கர்ண பருவம், சல்லிய பருவம், சௌப்திக பருவம், ஸ்த்ரீ

பருவம், சாந்தி பருவம், அனுசாசன பருவம், அஸ்வமேத பருவம், ஆசிரமவாசிக பருவம், மௌசல பருவம், மகாபிரஸ்தானிக பருவம், ஸ்வர்காரோஹண பருவம் ஆகியவையே அவை. மகாபாரதத்தில் இல்லாத எதுவும் இந்தப் பிரபஞ்சத்தில் இல்லை என்ற இந்தியர்களின் நம்பிக்கையை நியாயப்படுத்தும் விதத்தில் இந்தப் பருவங்கள் பல்வேறு பொருட்கள் குறித்துப் பேசுகின்றன. இவ்வளவு விரிந்து பரந்த இலக்கியப் படைப்பின் நோக்கம் என்ன என்னும் கேள்வி மனதில் எழக்கூடும். ஒற்றை இலக்கியப் பிரதி என்னும் அளவிலும், அருகிலும் தொலைவிலும் உள்ளவற்றைச் சித்தரிக்கும் ஒற்றைக் கற்பனைப் பரப்பு என்னும் அளவிலும் இவ்வளவு பெரிய புத்தகம் எதைச் சாதிக்கிறது?

இந்தக் கேள்விகளின் முக்கியத்துவத்தை முழுமையாக உள்வாங்கிக்கொள்ள வேண்டுமென்றால் 18ஆம் நூற்றாண்டின் பிற்பகுதியில் ஐரோப்பிய அறிஞர்கள் தங்களுடைய காவிய மரபில் 'எழுத்து' வடிவிலான காவியங்களுக்கும் 'வாய்மொழி'க் காவியங்களுக்கும் இடையிலான வேறுபாடுகள் குறித்து அளித்த விளக்கத்தைப் பார்க்க வேண்டும். எழுத்து வடிவிலான காவியத்தின் கட்டமைப்பில் 'ஒருமை' இருக்கும் என்பது அவர்களுடைய கருத்தாக்கத்தின் அனுமானம். பண்டைய கிரேக்கத் தத்துவ ஞானி அரிஸ்டாட்டில் கிரேக்க இலக்கியம் பற்றிப் பேசும்போது துன்பியல் படைப்புகள் இடம், காலம், செயல் ஆகியவற்றில் 'ஒருமை' கொண்டிருக்கின்றன என்னும் கருத்தை முன்வைத்தார். 'ஒரு' இடம், 'ஒரு' காலகட்டம், திட்டவட்டமான தொடக்கம், நடுப்பகுதி, முடிவு ஆகிய வற்றைக்கொண்ட 'ஒரு' தொடர்ச்சியான கதையோட்டம் ஆகியவற்றுக்குள்தான் சோக காவியம் இயங்க வேண்டும் என்றார் அரிஸ்டாட்டில்.[2] பல நூற்றாண்டுகள் கழித்து ஜான் மில்டன் சொர்க்க நீக்கம் (*Paradise Lost*), சொர்க்க மீட்சி (*Paradise Regained*) ஆகிய இரண்டு காவியங்களைப் படைத்த பிறகு 18ஆம் நூற்றாண்டில் பார்வை மாறியது. காவியம் என்பது எழுதப்பட்டதாக இருக்க வேண்டும்; அதை எழுதியது யாரென்று வாசகர்களுக்குத் தெரிய வேண்டும்; அதற்கென 'ஒருமை கொண்ட நோக்கம்' இருக்க வேண்டும் என்பதாக 18ஆம் நூற்றாண்டில் கருதப்பட்டது.[3] எழுதப்பட்ட காவியத்தைப்போல அல்லாமல் வாய்மொழிக் காவியம் என்பது கதைப்பாடல்களைப் போன்ற செய்யுள்களின் நீண்ட இழை என்று இந்தப் பார்வை கூறியது. வாய்மொழிக் காவியத்தில் ஒரு நாயகனும் நாயகனைப் போன்ற பாத்திரங்களும்

---

2. Aristotle, *Poetics*, S. H. Butcher (trans.), London: Macmillan, 1902.

3. அதே நூல்.

இருக்கும் என்று வாதிடப்பட்டது. அதில் வரும் சம்பவங்கள் ஒரே இடத்தில் நிகழ்வதாக இல்லாமலிருக்கலாம்; அதில் சித்தரிக்கப்படும் காலம் சிறியதாகவோ பெரியதாகவோ முன்னும் பின்னுமாக பிரிந்திருக்கலாம். வாய்மொழிக் காவியமாக வகைப்படுத்தப்பட்ட ஹோமரின் இலியட் ட்ரோஜன் *(Trojan)* யுத்தத்தின் முடிவை ஒட்டிய சிறிய காலப் பகுதியில் நிகழ்கிறது. ஹோமரின் இரண்டாவது காவியமான ஒடிஸி, 12 ஆண்டுகளில் நிகழ்கிறது. மூன்று நூற்றாண்டுகளுக்கு முன்பு இலக்கிய விமர்சகர்கள் வாய்மொழிக் காவியத்திற்கு நோக்கமோ கருப்பொருளோ இருந்தாக வேண்டியதில்லை என்று கருதினார்கள். பண்டைய சமூகத்தின் நெறிமுறைகளையும் தன்மைகளையும் பிரதிபலிப்பதும் பெரியதொரு கதையைச் சொல்வதும்தான் அதன் முதன்மையான நோக்கம் என்றார்கள். இதைத் தாண்டியும் வாய்மொழிக் காவியத்திற்கு வேறு பெரிய நோக்கங்கள் இருக்க வேண்டியதில்லை. கடந்த மூன்று நூற்றாண்டுகளில் காவிய இலக்கியம் குறித்த மதிப்பீடு மேற்குலகில் நிறைய மாற்றங்களுக்கு உள்ளாகியிருக்கிறது. குறிப்பாக, மானுடவியல், உளவியல் துறைகளில் புராணங்கள் குறித்த ஆய்வின் மீதான ஆர்வம் தொடங்கியதிலிருந்தே வாய்மொழிக் காவியங்கள் இலக்கிய விமர்சகர்களிடம் கூடுதலான ஈடுபாட்டைப் பெற்றிருக்கின்றன. ஒவ்வொரு காவியமும் அது உருவாக்கிக்கொண்டுள்ள தனக்கான கலாச்சார, இலக்கியச் செயல்பாடுகளில் தனித்தன்மை கொண்டிருப்பதை நினைவில் கொள்ள வேண்டும். இரண்டு காவியங்களை ஒரே தட்டில் வைத்துப் பார்ப்பதோ ஒப்பிடுவதோ இரண்டில் ஒன்றுக்கு அல்லது இரண்டுக்குமே நியாயம் அளிப்பதாக இருக்காது.

20ஆம் நூற்றாண்டின் தொடக்கம்வரையிலும் மாணவர்கள், வாசிக்கும் பொதுமக்கள், நாட்டார் நிகழ்த்துக் கலையின் பார்வையாளர்கள் ஆகியோர் ஒப்பீட்டளவில் நேரடியாகவே இந்தியக் காவியங்களை அணுக முடிந்தது. பின்னாளில் அச்சு நூல்கள், திரைப்படம், வானொலி, தொலைக்காட்சி ஆகியவை அதிகரித்ததால் கற்பனை வளம் கொண்ட பிற வெளிப்பாடு களும் உருவாயின.[4] இதன் விளைவாகப் பொதுமக்களின் கற்பனையில் காவியங்களுக்கான இடம் குறையத் தொடங்கியது. என்னுடைய பள்ளிப் பருவத்தில் சுவாரஸ்யமான கதைகள் என்பதைத் தாண்டியவை, படைப்பூக்கம் கொண்ட மனம் பிரக்ஞைபூர்வமாகக் கட்டமைத்த உள்ளடக்கம் என்பதாகக்

---

4. தொலைக்காட்சியில் ஒளிப்பரப்பான ராமாயணத் தொடர் அந்தக் காலத்தின் ஆகப்பெரிய வெற்றிபெற்ற தொடர். பார்வையாளர்கள்மீது அது பெரும் தாக்கத்தைச் செலுத்தியது. காண்க: ராகுல் வர்மா எழுதிய 'இந்துயிசத்தை மாற்றியமைத்த தொலைக்காட்சித் தொடர்' என்னும் ஆங்கிலக் கட்டுரை.

காவியங்களைப் புரிந்துகொள்வதற்கான சிறப்பான வழிமுறைகள் ஏதும் குறிப்பாக இருக்கவில்லை. முதுகலைப் படிப்பின்போது எம்.ஏ. தேர்வில் தேர்ச்சி பெறுவதற்காகவே காவியங்களைக் கற்றேன். காவியங்களுடன் தேர்ந்த அறிமுகம் எதுவுமற்ற ஆசிரியர்கள் எனக்குக் காவியங்களைக் கற்பித்தார்கள். எனவே, மாணவப் பருவத்தில் வாய்மொழிக் காவியத்திற்கும் எழுத்து வடிவக் காவியத்திற்கும் இடையிலான வேற்றுமை குறித்து மரபார்ந்த ஐரோப்பிய வரையறையையே நானும் கொண்டிருந்தேன். இலக்கிய வகைப்பாட்டிற்கு அது மிகவும் வசதியாக இருந்தது.

இந்தியாவின் சுதேசிச் சமூகங்களின் இலக்கியங்களை ஆவணப்படுத்துவது 1990களில் என்னுடைய பிரதானமான அறிவுசார் செயல்பாடாக மாறியபோது, 'வாழ்மொழி'க் காவிய மரபுகள் எனச் சொல்லத்தக்க சில படைப்புகள் இந்த நாட்டில் இன்னமும் உயிர்ப்புடன் இருப்பதைக் கண்டறிந்தேன். அந்தக் காலகட்டம்வரை அவை அச்சில் வரவில்லை. இன்னமும் வாழ்ந்துகொண்டிருக்கும் காவியங்களாக இவற்றை நான் கண்டறிந்த சில ஆண்டுகளில் அவை அச்சு வடிவில் வெளியாவதையும் கண்டேன். இந்தக் காவியங்களை இசைத்து வரும் பாடகர்களுடன் மிகவும் நெருக்கமாகப் பலமுறை உரையாடியதில் ஒன்றை நான் உணர்ந்துகொண்டேன். வாய்மொழிக் காவியத்திற்கும், எழுத்து வடிவிலான காவியத்திற்கும் இடையிலான மேலோட்டமான வேறுபாடுகள் ராமாயணம், மகாபாரதம் போன்ற படைப்புகளின் விஷயத்தில் பொருந்தாமல் போகக்கூடும் என்பதே அது.

அப்போதுதான் என் மனம் இத்தகைய கேள்விகளை அவசரமாக எழுப்பத் தொடங்கியது. மகாபாரதத்திற்கு அலாதியானதும் இணையற்றதுமான மகத்துவத்தையும் மந்திர சக்தியையும் அளிக்கும் மையக் கரு அல்லது நோக்கம் அல்லது ஒழுங்குபடுத்தும் நெறிமுறை – அப்படி ஏதேனும் இருந்தால் – என்ன? இந்தியாவின் நீண்டநெடிய இலக்கிய வரலாற்றில் விமர்சகர்கள் எவரும் ஏன் அதை முழுமையாகக் குறிப்பிட வில்லை? மகாபாரதம் இந்தியாவின் தேசியக் காவியமாக அல்லது தேசியக் காவியங்களில் ஒன்றாகக் கருதப்படுகிறது. எனினும், சாதிகளால் பிரிக்கப்பட்டிருக்கும் இந்தியச் சமூகம் ஆயிரக்கணக்கான ஆண்டுகளாக இந்தக் காவியத்தை அறிந்திருந்தும் ஒரு 'தேச'மாக, பெருமளவில் ஒரே தன்மை கொண்ட மக்கள் சமுதாயமாக ஏன் இன்னமும் உருப்பெற வில்லை? பின்வரும் பகுதிகளில் இந்தக் கேள்விகளை நான் ஆராய்கிறேன். முழுமையாகத் திருப்தியளிக்கக்கூடிய,

தீர்மானமான, மறுக்க முடியாத பதில்களைத் தந்துவிட முடியும் என்ற நம்பிக்கையில் இந்த முயற்சியில் நான் ஈடுபடவில்லை. மகாபாரதத்திற்கு உரிய விமர்சனபூர்வமான அணுகுமுறையுடன் இந்தக் கேள்விகளை ஒழுங்குபடுத்திக் கொள்ள முயல்கிறேன். நான் முறைப்படுத்த முயலும் இந்தக் கேள்விகளை வருங்காலத்தில் யாரேனும் ஒரு அறிஞர் அல்லது சிந்தனையாளர் ஆய்வுசெய்து சில விடைகளைக் காணக்கூடும் என்று நம்ப விரும்புகிறேன். அது நடந்தால், அப்படி நடக்கும்போது, இந்தக் கேள்விகளும் அவற்றுக்கான விடைகளும் இந்தியாவின் மகத்தான காவியங்களில் ஒன்றான மகாபாரதத்தை நாம் அணுகும் விதத்தை மாற்றக்கூடும்.

பண்டைய நிகழ்வுகளை நினைவுகூரல்

மகாபாரதத்தை எழுதியது யார் என்பதில் பெரும் நிச்சயமின்மை உள்ளது. வியாசரா அல்லது கிருஷ்ண துவைபாயனரா (தீவில் பிறந்த கருத்த நிறம் கொண்டவர்) அல்லது இவை இரண்டுமே ஒரே நபரின் இரண்டு பெயர்களா? இவர்கள் இருவரும் வேறுவேறு என்னும் கருதுகோளை ஏற்றுக்கொண்டால் இவர்களில் யார், காலத்தில் முந்தியவர் என்பதில் தெளிவு இல்லை. வாய்மொழியாகச் சொல்வதற் காகவே 24,000 சுலோகங்களில் சுருக்கமான முதல் வடிவத்தை எழுதியவர் கிருஷ்ண துவைபாயனரா? மகாபாரதம் என்று தற்போது நாம் அறியும் விரிவான வடிவத்தின் ஒரு லட்சம் சுலோகங்களையும் பிற்காலத்தைச் சேர்ந்த அறிஞரும் கவிஞருமான வியாசர் எழுதினாரா? நம்மிடம் தற்போது இருக்கும் பிரதி அதன் தொடக்கப் பகுதிகளில் மூன்றாவதாக ஒரு 'எழுத்த(தாள)ரை'க் குறிப்பிடுகிறது. காவியம் இயற்ற விரும்பிய வியாசர் தான் சொல்ல சொல்ல எழுதுவதற்கு ஒருவர் வேண்டும் என்று விரும்பினார். விநாயகரிடம் போய்க் கேட்டார். எழுத ஒப்புக்கொண்ட விநாயகர் எழுதும்போது நடுவில் நிறுத்த மாட்டேன் என்றார். வியாசர் பதிலுக்கு ஒரு நிபந்தனை விதித்தார். சுலோகங்களை முழுமையாகப் புரிந்துகொண்ட பிறகே எழுத வேண்டும் என்றார். எழுதிக் கொண்டிருக்கும்போது ஒரு கட்டத்தில் எழுத்தாணி உடைந்துவிட்டது. இடைவெளி விடக் கூடாது என்பதால் விநாயகர் உடனே தன்னுடைய தந்தங்களில் ஒன்றை உடைத்து எழுதினார். ஆக, மகாபாரதத்தை 'எழுதியவர்' விநாயகர் என்றுகூடச் சொல்லாம். ஆனால் பண்டார்கர் ஓரியண்டல் ரிசர்ச் இன்ஸ்டிட்யூட்டைச் சேர்ந்தவர்கள் தென்னிந்தியாவிலிருந்து திரட்டிய ஓலைச்சுவடிப் பிரதிகள் எதிலும் இந்தக் கதை இல்லை. இந்த நிறுவனம் உருவாக்கிய 'அதிகாரபூர்வமான

பதிப்'பிலும் இந்தக் கதை அடிக்குறிப்பாகத்தான் இடம் பெற்றுள்ளது. தவிர, பொது ஆண்டு மூன்றாம் நூற்றாண்டுக்குப் பிறகுதான் புராணங்கள் எனப்படும் பிரதிகள் எழுதப்பட்டன. அதன் பிறகுதான் சிவபெருமானின் மகனும் முருகன் எனப்படும் கார்த்திகேயனின் அண்ணனுமான விநாயகரைத் தெய்வமாக வழிபடும் வழக்கம் பரவியது என்பதையும் நாம் நினைவில் கொள்ள வேண்டும்.

மகாபாரதத்தின் ஆசிரியர் யார் என்பதை உறுதியாகச் சொல்ல முடியாதது அதை வாய்மொழிக் காவியம் எனக் கூற வழி வகுக்கிறது. ராமாயணத்தின் எழுத்து வடிவம் மகாபாரதம் எழுத்து வடிவம் உருவாவதற்கு முன்பே வந்துவிட்டது. ராமாயணத்தை எழுதியவர் வால்மீகி என்பது ஐயத்திற்கு இடமின்றிக் குறிப்பிடப்பட்டிருக்கிறது. ஆனால், வாய்மொழிக் காவியத்திற்கும் எழுத்து வடிவிலான காவியத் திற்கும் இடையிலான வித்தியாசம், ஹோமரின் கிரேக்க மொழிக் காவியங்களுக்கும் தாந்தேயின் இத்தாலிய மொழிக் காவியங்கள், மில்டனின் ஆங்கில மொழிக் காவியங்கள் இவற்றிற்கும் இடையிலான வேற்றுமையைப் புரிந்துகொள்ள உதவுவதுபோல ராமாயணத்திற்கும் மகாபாரதத்திற்கும் இடையிலுள்ள வித்தியாசத்தைப் புரிந்துகொள்ள உதவாது. மகாபாரதம் பற்றி 20ஆம் நூற்றாண்டில் ஸ்ரீ அரவிந்தர் முன்வைத்த ஆழமான கருத்தை நாம் இது தொடர்பில் நினைவில் கொள்ள வேண்டும். வால்மீகியையும் வியாசரையும்[5] ஒப்பிட்டு நீண்ட கட்டுரையொன்றை அவர் எழுதினார். பாத்திரங்களின் மனங்களுக்குள் ஆழமாகச் சொல்லக்கூடிய மகத்தான கவிஞர் வால்மீகி என்று சொன்ன அவர் வியாசர் எழுதிய மகாபாரதத்தை ராமாயணத்தைக் காட்டிலும் மேலான கவிதை என்றார். நிகழ்வுகளின் அரசியல்ரீதியானதும் தத்துவரீதியிலானதுமான முக்கியத்துவத்தை மகாபாரதம் உள்வாங்கிச் சித்தரிக்கிறது என்றும் மேலான கவிஞருக்கு மட்டுமே அது சாத்தியம் என்றும் கூறினார்.

'எனவே இந்தக் கவிதை முதன்மையாக, இலியட், ஏனியட் (Iliad and Aeneid) ஆகியவற்றைப்போல, ஆகியவற்றைக் காட்டிலும் கூடுதலாக, தேசியத் தன்மை வாய்ந்தது. ஆரிய தேசத்தின் சமயங்கள், சமூக, தனி மனிதர்களின் மனநிலைகள், லட்சியங்கள் ஆகியவற்றின் உச்ச வெளிப்பாடுகளை இதில் காணலாம். தேசத்தின் மிக நெருக்கடியான காலகட்டத்தைச்

---

5. Sri Aurobindo, 'On Vyasa and Valmiki', *The Harmony of Virtue: CollectedWorks*, Vol. 5, Pondicherry: Sri Aurobindo Ashram, 1972.

சேர்ந்த நிறுவனங்கள், செயல்பாடுகள், நாயகர்கள் ஆகியவற்றை தேசத்தின் மகத்தானதொரு மனம் மதிப்பிடவும் விமர்சிக்கவும் செய்கின்றன. அப்படி இருந்திராவிட்டால் மகாபாரதம் தற்போது இருக்கும் வடிவில் நமக்குக் கிடைத்திருக்காது. வால்மீகி மகத்தான வரலாற்றுக் கட்டத்தை மேலதிகமான உலகளாவிய உணர்வுடனும் செறிவும் வளமும் வாய்ந்த விவரங்களுடனும் கையாண்டார். ஆனால் அவர் கவித்துவத்துடனும் நாடகீயப் பாங்கிலும் அணுகினார். அவர் படைத்தார், விமர்சிக்கவில்லை. வியாசரோ படைப்பாளி என்பதைக் காட்டிலும் விமர்சகர். எனவே பின்னாளில் வந்த கவிகளுக்கு வாழ்வைக் குறித்த தங்கள் விமர்சனத்தையும் சிந்தனைகளையும் ஏற்றிவைப்பதற்கு ராமாயணத்தைக் காட்டிலும் மகாபாரதமே இடமளிப்பதாக இருந்தது.[6]

காட்சிகள், உணர்வுகள், பாத்திரங்கள் ஆகியவற்றைத் தன் கவிதையில் எப்படி அழகுபடுத்துவது என்பது வால்மீகிக்குத் தெரியும் என்று கூறும் அரவிந்தர், வியாசர் உள்ளவற்றை உள்ளவாறே சொல்லும் பாணியில் சாராம்சமானவற்றை மட்டும் அலங்காரமின்றி எழுதிச் செல்வதாகக் கூறுகிறார். மகத்தான நாயகன் இறக்கும்போதோ, கௌரவர்களால் திரௌபதி அவமானப்படும்போதோகூட அவர் உணர்ச்சிகளை ஏற்றுவதில்லை என்கிறார். வியாசரின் கவித்துவ மேதமையையும் எழுத்துப் பாணியையும் குறிக்க 'நிஷ்காம்' (பலனில் பற்றற்ற) என்னும் சொல்லை அரவிந்தர் பயன்படுத்துகிறார். ராஜசேகரரும்[7] அபிநவகுப்தரும்[8] பயன்படுத்தும் சொற்களும் அரவிந்தர் பயன்படுத்தும் சொல்லும் இந்த மகத்தான காவியம் தன் பார்வையாளர்கள் அல்லது வாசகர்களை எப்படிப் பிரமிக்கவைக்கிறது என்பதைக் காட்டுகின்றன. வியாசரின் காவியத்தில் ஒருவர் எதைப் பார்க்க வேண்டும் என்பதையும் இச்சொற்கள் உணர்த்துகின்றன.

---

6. Sri Aurobindo, *The Mahabharata: Essays and Translations*, Pondicherry:Sri Aurobindo Ashram, 1991, 2019, pp. 58–59.

7. ராஜசேகரர் பத்தாம் நூற்றாண்டைச் சேர்ந்த இலக்கியக் கோட்பாட்டாளர், எழுத்தாளர். சமஸ்கிருதத்திலும் மராட்டிய மொழியின் தொடக்க கால வடிவமான மகாராஷ்ட்ரி அபப்ரம்ஷாவிலும் எழுதினார். இலக்கியக் கோட்பாடு குறித்த 'காவ்யமீமாம்ஸா' என்னும் படைப்பிற்காக இவர் அறியப்படுகிறார்.

8. அபிநவகுப்தர் 11ஆம் நூற்றாண்டைச் சேர்ந்தவர். சமஸ்கிருத மரபில் உருவான ஆகச் சிறந்த இலக்கியக் கோட்பாட்டாளர் என்று இவரைச் சொல்லலாம். இவர் எழுதிய 'அபிநவபாரதி' பொது ஆண்டின் முதல் ஆயிரம் ஆண்டுகளிலிருந்து இரண்டாம் ஆயிரம் ஆண்டுகள் வரையிலான சமஸ்கிருத இலக்கிய மரபைப் புரிந்துகொள்ள மிகவும் உதவக்கூடிய செவ்வியல் படைப்பு.

உலகம் முழுவதும் பல்வேறு மொழிகளில் பல காவியங்கள் எழுதப்பட்டிருக்கின்றன. மேற்கு ஆப்பிரிக்காவில் பயாஜித்தா, ஈரி, ஒடுடுவா, சிலமகா, சுந்தியாதா; மத்திய ஆப்பிரிக்காவில் லியஞ்சா, துருக்கியில் அல்பாமிஷ்; பெர்சியாவில் பஹ்மான் நாமா, பானு கோஷஸ்ப் நாமா, ஃபராமர்ஸ் நாமா, கர்ஷாப் நாமா; அரபு மொழியில் தக்ரிபத் பானி ஹிலால்; திபெத் மொழியில் தி எபிக் ஆஃப் கிங் கேசர்; மெசபடோமியாவில் உருவான உலகின் மிகப் புராதனமான காவியமான கில்காமெஷ்; ஜப்பானில் ஹெய்க் மனோகட்டாரி; மணிப்புரி காவியமான கம்பா தோய்பி; இந்தோனேசியாவின் நாகரகீர்த்தகாமா, தமிழின் ஐம்பெருங்காப்பியங்கள் (சிலப்பதிகாரம், மணிமேகலை, சீவக சிந்தாமணி, வளையாபதி, குண்டலகேசி), புராதன ஆங்கிலத்தில் எழுதப்பட்ட ஆங்கிலோ – சாக்ஸன் காவியமான பியோவுல்ஃப், ஆங்கிலக் காவியங்களான பேரடைஸ் லாஸ்ட், பேரடைஸ் ரீகெய்ன்டு, புராதன கிரேக்கக் காவியங்களான இலியட், ஒடிசி, ரோம காவியமான ஏனியட், இடைக்கால ஆங்கிலத்தில் எழுதப்பட்ட ஆர்த்தூரியன் கதைகளின் தொகுப்பான லெ மோர்டேடி ஆர்தர், குரோசிய நாட்டின் ஜூடிதா, ஃபின்லாந்தின் கலேவலா, எஸ்டேனியாவின் காவியமான கலேவிபோயக் எனப் பல காவியங்கள் உள்ளன. இவற்றில் ஹோமர் எழுதியதாகச் சொல்லப்படும் காவியங்கள் வாய்மொழிக் காவியங்களின் கவித்துவத்துடன் தொடர்புகொண்ட இலக்கிய ரசனையையும் எதிர்பார்ப்பு களையும் தீர்மானித்தன. எழுத்து வடிவிலான காவியத்திற்கான தர அளவுகோலை மில்டனின் இழந்த சொர்க்கம் நிலைநிறுத்தியது.

ஹோமரின் ஒடிசியும் மில்டனின் இழந்த சொர்க்கமும் தெய்வத்திற்கும் மனிதனுக்கும் இடையிலான தொடர்பு அறுந்துபோனதைப் பற்றிப் பேசுகின்றன. ஹோமரின் நாயகன் ஒடிசியஸ் அறிவுக்கூர்மை மிகுந்தவன், மாபெரும் வீரன். யுத்தத்தை முடித்துவிட்டு அவன் வீடு திரும்பத் தயாராகிறான். ஆனால் தன்னுடைய கப்பல்களுக்குச் சாதகமாகக் காற்றை வீசச் செய்த கடலின் தெய்வமான பொசீடியனைச் சாந்தப்படுத்த மறந்துவிடுகிறான். இதனால் அவன் திசைமாறிப் பன்னிரண்டு ஆண்டுகளுக்கும் மேலாகப் பயணம் செய்ய நேரிடுகிறது. அவன் வீடு திரும்பும்போது முற்றிலுமாக மாறியிருக்கிறான். அவன் மனைவி பீனலோப் அவன் மீதான அன்பைக் கிட்டத்தட்ட மறந்துவிட்டாள். ஆனால் அவனுக்கான தன் கடமைகளை மறக்கவில்லை. அவள்மீது விருப்பம் கொண்ட பலரும் தங்களில் ஒருவனை தன் கணவனாகத் தேர்ந்தெடுக்கமாட்டாளா என்று அந்த நகரத்திலேயே முகாமிட்டுக் காத்திருக்கிறார்கள்.

சடலத்திற்குப் போர்த்தும் சவப்போர்வை ஒன்றைப் பகலில் நெய்து இரவில் அதைப் பிரிப்பது என்னும் தந்திரத்தின் மூலம் அவர்களைக் காக்கவைக்கிறாள். கடைசியில் கதையின் நாயகன் வந்து சேரும்போது அவன் மகனுக்கே அவனை அடையாளம் தெரியவில்லை. மனிதர்கள் கடவுளின் கோபத்திற்கு ஆளாவது தான் ஒடிசியின் கதை. டிராயில் நடந்த போரில் எண்ணற்ற வீர சாகசங்களைப் புரிந்த ஒடிசியஸ் இதாகாவுக்குத் திரும்பி வரும்போது, தான் விட்டுச்சென்ற அனைத்தையும் இழந்து விட்டதை உணர்கிறான்.

இலியட்டின் கதை டிராயில் நடக்கும் போரைப் பற்றியது. ஹெனை பாரிஸ் மயக்கியதன் விளைவாக நடக்கும் போர் அது. அந்தக் காதல் கதை தொடங்குவதற்கு முன்பு கிரேக்கக் கடவுள்கள் கதையின் மானுடப் பாத்திரங்களுடன் நெருக்கமாக இருப்பதாகக் காட்டப்படுகிறார்கள். இரண்டாவது காவியத்தின் முடிவில் இந்தத் தொடர்பு துண்டிக்கப்படுகிறது. ஆக, கிரேக்க மொழியின் இரண்டு மகத்தான காவியங்களும் கிரேக்கக் கடவுள்களுக்கும் மனிதர்களுக்கும் இடையிலான தொடர்பு எப்படி அறுந்தது என்பதைப் பற்றியது. இரண்டையும் எழுதியதாகச் சொல்லப்படும் ஹோமர் பார்வையிழந்தவர் எனக் கருதப்படுகிறது. இந்த இரு காவியங்களும் புழக்கத்திற்கு வந்து 18 நூற்றாண்டுகள் கழித்து ஆங்கிலக் கவிஞர் ஜான் மில்டன் இழந்த சொர்க்கம் என்னும் காவியத்தைப் படைத்த பிறகுதான் ஹோமர் பார்வையற்றவர் என்னும் கதை புனையப்பட்டதா என்பது இலக்கிய அறிஞர்களின் ஆய்வுக்கு உரியது. மில்டனின் இழந்த சொர்க்கம், மீண்ட சொர்க்கம் ஆகிய இரு காவியங்களில் ஒன்று மகத்தான கவிதை யாக நினைவுகூரப்படுகிறது. இந்த இரு காவியங்களுமே தெய்வத்துடனான மனிதர்களின் தொடர்பு அறுந்ததைக் கூறுகின்றன. உலகின் முதல் பெற்றோரான ஆதாமும் ஏவாளும் சொர்க்கத்தில் தங்கள் ஆதி இல்லத்தை இழந்ததை அடிப்படையாகக்கொண்ட மில்டனின் காவியம் இவர்கள் இருவரும் எப்படிக் கடவுளின் படைப்பைச் சிதைப்பதற்கான சாத்தானின் திட்டத்திற்குப் பலியாகிறார்கள் என்பதைச் சொல்கிறது.

ஹோமரின் காவியங்களில் மனதைக் கவரக்கூடிய பல பகுதிகள் உள்ளன. நாயகத்துவம், வீரம், துணிவு, சோகம், பரிதாபம், கற்பனை, காதல், பதற்றம், பொறாமை, காரணம் புரியாத திடீர் மாற்றங்கள், சதி, இயற்கைக்கு அப்பாற்பட்ட சக்திகளின் தலையீடுகள் ஆகியவற்றின் கலவையை இந்தக் காவியங்களின் கதைக்களன்கள் கொண்டுள்ளன. காவியத்திற்குத்

தேவையான எல்லா அம்சங்களும் இவற்றில் உள்ளன. ஆனால் 20ஆம் நூற்றாண்டின் தொடக்கத்தில் ஜேம்ஸ் ஜாய்ஸும் டி.எஸ். எலியட்டும் தங்கள் மகத்தான படைப்புகளை எழுதும்போது ஹோமர் பாணியிலான கதைகள் புராணிகமான கடந்த காலத்திற்குள் சென்றுவிட்டன. கற்பனைகளின் துணை யுடன் பெருமுயற்சிகளை மேற்கொண்டாலும் மீட்டெடுக்க முடியாத இடத்திற்குச் சென்றுவிட்டிருந்தன. மகத்தான நவீனத்துவப் படைப்பாளிகளின் தலைமுறையைச் சேர்ந்தவர்களைப் பொருத்தவரை தொன்மங்களுடன் தன்னை அடையாளப்படுத்திக்கொள்ளும் ஒருவர் சமகால யதார்த்தத் திலிருந்து அன்னியமாகிவிடுகிறார். தொன்மங்களுக்கும் யதார்த்த வாழ்வுக்கும் இடையில் நிரப்ப முடியாத அளவிற்கு மாபெரும் இடைவெளி விழுந்துவிட்டது.

விர்ஜிலின் ஏனியட் மகத்தானதொரு கவிதை. ஏனென்றால் அது மகத்தான பேரரசின் தொடக்கம் பற்றிப் பேசியது. ஏனியடின் காலத்திலிருந்து காவியம் என்பதே பேரரசுகளைக் கட்டமைப்பது பற்றியதுதான் என்னும் வெளிப்படுத்தப்படாத அனுமானம் நிலவிவருகிறது. மாபெரும் பேரரசோ, மாபெரும் தேசமோ உருவாகிவரும்போது அதன் நீட்சியாகக் காவியம் உருவாகும் என மேற்குலகம் வாதிடுவதுண்டு. இன்றைய காலத்தில் விர்ஜில் மகத்தான கவிஞராக ஐரோப்பாவின் நினைவுகளில் தங்கியிருக்கிறார். ஆனால் ஒரு கவிதை என்ற அளவில் ஏனியட்டின் மகத்துவத்தை ஐரோப்பியர்கள் மறந்து விட்டார்கள். மில்டனின் மீண்ட சொர்க்கம் என்னும் படைப்பு வெளியான காலத்திலிருந்தே அது தோல்விபெற்ற முயற்சி யாகவே அதைப் பாராட்டுபவர்களாலும் கருதப்பட்டுவருகிறது. இழந்த சொர்க்கத்தைப்போல மீண்ட சொர்க்கம் ஆங்கில இலக்கியச் சமூகத்தின் கற்பனையில் உயிர் பெற்றிருக்கவில்லை. இழந்த சொர்க்கம் இங்கிலாந்தின் அடுத்தடுத்து வந்த தலைமுறைகளின் மீதும் பெரும் செல்வாக்கைச் செலுத்தியது. பல கவிஞர்களின் கவித்திறனை மில்டன் சிதைத்துவிட்டார் என்று சொல்வது மிகையான கூற்றாக இருக்காது என்னும் அளவிற்கு இழந்த சொர்க்கத்தின் தாக்கம் இருந்தது. 'மில்டனுக்கு எது வாழ்வோ அது எனக்கு மரணம்'[9] என்று ஜான் கீட்ஸ் சொன்னதுண்டு. மிகுஉணர்ச்சிக் கவிஞர்கள் என்று அறியப்படும் பிளேக் *(Blake)*, ஷெல்லி, கீட்ஸ், வேர்ட்ஸ்வொர்த் அல்லது கோல்ரிட்ஜ் போன்ற பெருங்கவிஞர்கள் அனைவரும் மில்டனின் தாக்கத்தைத் தங்களிடத்தில் உணர்ந்தார்கள்.

---

9. ஹெச்.ஈகரோலின்ஸ் (ed.), *The Letters of John Keats*: Vol II, 1819-1821, Cambridge:Cambridge University Press, 2012.

அந்தத் தாக்கத்திலிருந்தே தங்களுடைய காவியங்களை அல்லது காவியக் கவிதைகளை எழுத முனைந்தார்கள். ஆனால், யாருமே மில்டனின் காவியத்தின் மகத்துவத்திற்கு அருகில்கூட வரவில்லை. கீட்ஸ், என்டிமியோன் என்னும் காவியத்தைத் தொடங்கினார். அது (அவருக்கு) முறிந்துபோன கனவாக முடிந்தது. அடுத்து ஹைப்ரியான் என்னும் காவியத்தை எழுத முயன்றார். பாதியிலேயே அதை அவர் கைவிட நேர்ந்தது. ஷெல்லி, புரோமத்தஸ் அன்பவுண்ட் (*Prometheus Unbound*) என்னும் காவியத்தை எழுதினார். மில்டனின் சாத்தானைப் போன்றதொரு பாத்திரத்தை அது கொண்டாட முயன்றது. வேர்ட்ஸ்வொர்த், தி ப்ரில்யூட் என்னும் படைப்பின் மூலம் 'தொலைந்துபோன தன் கற்பனை'யைப் பின்தொடர முயன்றார். ஆனால் அதுவும் பூர்த்திபெறாமலே போனது. இவை அனைத்துமே காவிய உணர்வை மீட்டெடுக்க முயன்றவை. ஆனால் அப்போது உருவாகியிருந்த தொழில்துறைக் காலாச்சாரம் 19ஆம் நூற்றாண்டின் மிகு உணர்ச்சிக் கவிஞர்களைக் காவியம் எழுத அனுமதிக்கவில்லை. இழந்த சொர்க்கம் என்னும் காவியத்தின் மூலம் விவிலியத்தில் வரும் கற்பனைக்கும் தர்க்கத்திற்கும் இடையிலான, துயரத்திற்கும் மன அமைதிக்கும் இடையிலான மோதலால் வீழ்ச்சியடைந்த ஒரு மனிதனின் கதையை மில்டன் மறுவுருவாக்கம் செய்தார். அந்தக் காலத்தில் மருத்துவத் துறையில் நடப்பில் இருந்த கருத்தாக்கங்களின் தாக்கத்திற்கு அவர் பெரிதும் ஆட்பட்டிருந்தார். அவை 'தி அனாடமி ஆஃப் மெலாங்கலி' என்னும் நூலை எழுதிய ரிச்சர்ட் பர்ட்டனைப் போன்றவர்கள் நிலைநிறுத்திய கருத்துக்கள்.

மேற்குலகில் காவிய வடிவமும் காவிய உணர்வும் 17ஆம் நூற்றாண்டிற்குப் பிறகு கவிஞர்களுக்கு வாய்க்கவில்லை என்பதைக் காண முடிகிறது. கிரேக்க அல்லது லத்தீன் காவிய மரபுகளில் வேர்கொண்ட கதைகளை அங்குள்ள குழந்தைகளுக்குப் பள்ளிகளில் வலிந்து கற்பிக்க வேண்டியிருக்கிறது. இன்று அவர்களுடைய தொன்மங்கள் காவிய மரபிலிருந்து அல்லாமல் கிறிஸ்தவ, யூத மரபுகளிலிருந்து வருகின்றன. இந்தியாவிலோ புராணிகத் தொன்மங்கள் இன்னமும் புழக்கத்தில் இருக்கின்றன. பல்வேறு சாதிகள், இனக்குழுக்கள் மத்தியில் பரவலாகப் பகிர்ந்துகொள்ளப்படுகின்றன. அவை அடுத்த தலைமுறைக்கு எடுத்துச் செல்லப்படுகின்றன. நாம் உயிரோட்டமுள்ள தொடர்பைக் கொண்டிருக்கும் இந்தத் தொன்மங்கள் ராமாயணம் அல்லது மகாபாரதத்திலிருந்து தோற்றம் கொள்கின்றன. வேதங்களிலிருந்தோ உபநிடதங்களிலிருந்தோ வரவில்லை. பண்டைய இந்தியாவில் படைக்கப்பட்ட

வேறு எந்தப் பெரிய படைப்பிலிருந்தும் வரவில்லை. இந்தியச் சமூகத்தில் பொதுவாகப் புழங்கிவரும் கதைக் கருக்களும் கதையாடல்களும் கதாசரித சாகரம் அல்லது வேதாளபஞ்சிசி போன்ற நூல்களிலிருக்கும் புனைவுக் கருக்கள் அல்ல. இந்தியர்களின் மனங்கள், நினைவுகள், கற்பனைகள், அடையாளங்கள் ஆகியவற்றின்மீது ராமாயணத்திற்கும் மகாபாரதத்திற்கும் இருக்கும் பிடிமானத்திற்கு இணையான ஒன்று இந்திய இலக்கிய வரலாற்றிலோ வேறு எந்த இலக்கிய மரபிலோ இல்லை. இவ்விஷயத்தில் மகாபாரதம் ராமாயணத்தைக் காட்டிலும் முன்னிலையில் இருக்கிறது என்பதில் சர்ச்சைக்கே இடமில்லை. 1900ஆவது ஆண்டில் மகாபாரதத்தைப் பற்றிப் பேசும்போது சுவாமி விவேகானந்தர் இப்படிக் கூறினார்:

> மகாபாரதத்தைப் பற்றிப் பேசும்போது மேதையும் மகத்தான படைப்பாளியுமான வியாசர் சித்தரித்துள்ள கம்பீரமான, மகத்தான நாயகர்களின் முடிவற்ற அணிவகுப்பைச் சொல்லாமல் இருக்க முடியாது. கடவுளுக்கு அஞ்சுபவராக இருந்தாலும் பலவீனமான மனம் கொண்ட முதியவரான திருதராஷ்டிர மகாராஜாவின் மனதிற்குள் தர்மத்திற்கும் பாசத்திற்கும் இடையில் நடக்கும் உள்முக மான மோதல்கள், பீஷ்மர் என்னும் கம்பீரமான பாத்திரம், நெறிமுறைகளும் நற்பண்புகளும் நிறைந்த அரசனான யுதிஷ்டிரன், பெரும் ஆற்றலும் அதற்கு இணையான பக்தியும் விசுவாசமும் கொண்ட அவனுடைய நான்கு தம்பிகள், மானுட அறிவால் கடக்க முடியாத கிருஷ்ணனின் ஈடிணையற்ற குணம், ஆண்களுக்கு இணையான சிறப்புக் கொண்ட பெண் கதாபாத்திரங்கள்–பட்டமகிஷி காந்தாரி, அன்பான அன்னை குந்தி, அர்ப்பணிப்புணர்வு கொண்டவளும் எப்போதும் துன்பப்படுபவளுமான திரௌபதி – இப்படி மகாபாரதத்திலும் ராமாயணத்திலும் உள்ள பல நூறு பாத்திரங்கள் கடந்த பல்லாயிரம் ஆண்டுகளாக ஒட்டுமொத்த இந்து உலகத்தின் போற்றுதலுக்குரிய பாரம்பரியமாக இருந்துவருகின்றன. அவர்களுடைய எண்ணங்களுக்கும் தார்மிக, ஒழுக்க நெறிகளுக்குமான அடிப்படையை உருவாக்கியிருக்கின்றன.[10]

அசாதாரணமான இந்த அம்சத்தை அர்த்தப்படுத்திக் கொள்வதும் விருப்பு வெறுப்பின்றிப் புரிந்துகொள்வதும் அவசியம்.

---

10. Swami Vivekananda, from the lecture delivered at the Shakespeare Club, Pasadena, California on 1 February 1900, <www.spiritualbee.com/posts/mahabharata-summary-by-swami-vivekananda/>.

புனேயில் உள்ள பண்டார்கர் இன்ஸ்டிட்யூட் நிறுவனத்தைச் சேர்ந்த அறிஞர்கள் மகாபாரதக் கதையாடலை அர்த்தமுள்ள பிரதியாகத் தொகுப்பதற்காகப் பல பதிற்றாண்டுகள் இந்தியாவின் பகுதிகளிலும் உள்ள கையெழுத்துப் பிரதிகளைத் தேடித் திரட்டினார்கள். மணிப்பூர், மெட்ராஸ், தஞ்சாவூர், சங்கேதா, கொல்கத்தா என்று இந்தியாவின் பல்வேறு பகுதிகளிலிருந்தும் திரட்டினார்கள். வெவ்வேறு நூற்றாண்டுகளில், வெவ்வேறு எழுத்துப் பாணிகளில், வரிவடிவ மரபுகளில் எழுதப்பட்ட 1,259 கையெழுத்துப் பிரதிகளை வரிக்கு வரி ஒப்பிட்டுப் பார்க்கும் சிக்கலான பணியை அவர்கள் மேற்கொண்டார்கள். 1919இல் தொடங்கிய இந்தத் திட்டத்தை 47 ஆண்டுகள் கழித்து, 1966 செப்டம்பர் மாதம்தான் அவர்களால் முடிக்க முடிந்தது. பல்வேறு அடிக் குறிப்புகளுடனும் தொகுப்பாளர்களின் கருத்துக்களுடனும் 89,000 சுலோகங்களைக்கொண்ட மகாபாரத அச்சுப் பதிப்பை அவர்கள் டெமி – குவார்டோ அளவில் 15,000 பக்கங்கள் கொண்ட 19 பாகங்களாக ‘ஆய்வுப் பதிப்பு’ (Critical Edition) என்பதாக வெளியிட்டார்கள். குருட்சேத்திர யுத்தத்தின் தளபதிகளாக பீஷ்மர், துரோணர், கர்ணன் முதலானோர் இருந்ததுபோல வி.எஸ். சுக்தாங்கர், எஸ்.கே. பேல்வால்கர், எஸ்.கே. டே, ஆர்.என். டண்டேகர் போன்ற மிகச் சிறந்த எடிட்டர்கள் இந்தத் தொகுப்புப் பணிகளை மேற்கொண்டார்கள். 2000 ஆண்டுகளாகச் சமூகத்தின் கற்பனை வெளிகளில் தொடர்ந்து புழக்கத்தில் இருந்துவந்த வரலாற்றைக்கொண்ட இந்த சமஸ்கிருதப் பிரதி 50 ஆண்டுகளுக்கு முன்பு முறையாகத் தொகுக்கப்பட்ட, தரப்படுத்தப்பட்ட, ஆதாரபூர்வமான பிரதியாக அச்சு வடிவம் பெற்றது. ஒரு கவிஞரால் இயற்றப்பட்டு, இன்னொரு கவிஞரால் ‘விரிவுபடுத்தப்பட்டு’, புராணக் கதையின்படி விநாயகரால் எழுதப்பட்டு, பல தலைமுறைகளைச் சேர்ந்த கல்வியாளர்களால் ஓலைச்சுவடிகளில் எழுதப்பட்டு, பல்வேறு இந்திய மொழிகளிலும், ஆங்கிலம், பாரசீகம் உள்ளிட்ட உலக மொழிகளிலும் மொழிபெயர்க்கப்பட்டிருந்தாலும், பண்டார்கர் நிலையத்தின் ஆய்வுப் பதிப்பு

* கிசாரி மோகன் கங்குலி 19ஆம் நூற்றாண்டின் இறுதியில் ஆங்கிலத்தில் மகாபாரதத்தை மொழிபெயர்த்து வெளியிட்டார். 20ஆம் நூற்றாண்டின் தொடக்கத்தில், தமிழ்நாட்டின் கும்பகோணத்தைச் சேர்ந்த எம்.வி. ராமானுஜாச்சாரியார் ஒரு குழுவின் உதவியுடன் மகாபாரதத்தை மொழிபெயர்த்து வெளியிட்டார். என்றாலும், நாடு முழுவதிலுமிருந்து சேகரிக்கப்பட்ட சுவடிகளை வல்லுநர்கள் குழு ஒன்று ஆழமாக ஆய்வு செய்து தொகுத்துத் தந்த ஆய்வுப் பதிப்பு என்பதால் மகாபாரதத்தின் எழுத்து வடிவத்தில் இது பண்டார்கர் நிலையத்தின் பதிப்பு மிகுந்த முக்கியத்துவம் பெறுகிறது – மொழிபெயர்ப்பாளர்

வெளியாவது வரையிலும் மகாபாரதம் 'வாய்மொழி'க் காவியமாகவே இருந்துவந்தது."

இந்தத் திட்டத்திற்கு முற்றிலும் தொடர்பில்லாமல், ஆனால், கிட்டத்தட்ட அதே காலகட்டத்தில் அரவிந்தர் மகாபாரதத்தை அடிப்படையாகக் கொண்ட நீண்ட கவிதை களின் தொடரை ஆங்கிலத்தில் எழுதினார். அவருடைய Love and Death கவிதை ருரு–பிரியம்வதா கதையைச் சித்தரிக்கிறது. Urvasie என்னும் கவிதை புரூரவஸ், ஊர்வசியின் கதையைப் பற்றியது. 24,000 வரிகளைக் கொண்ட சாவித்ரி என்ற அவருடைய படைப்பு, சத்தியவான் சாவித்திரி உறவைப் பற்றியது. மகாபாரதத்துடனான அவருடைய ஈடுபாடு 1890களில் தொடங்கி 1940கள்வரை நீடித்தது.

மத்திய காலத்தில் மகாபாரதத்தின் பல்வேறு பகுதிகளின் எண்ணற்ற மொழியாக்கங்களும், இசை அல்லது நாட்டியக் கலை வடிவங்களில் அவற்றின் வெளிப்பாடுகளும் வந்திருக்கின்றன. அச்சுத் தொழில்நுட்பம் இலக்கிய உருவாக்கங்களைப் பெருமளவு மாற்றிய கடந்த 200 ஆண்டுகளில் இத்தகைய வெளியீடுகள் பெருமளவில் அதிகரித்தன. பண்டார்கர் இன்ஸ்டிட்யூட்டின் மகாபாரதத் திட்டம் தொடங்குவதற்கு நானூறு ஆண்டுகளுக்கு முன்பு முகலாயப் பேரரசரான அக்பர் மகாபாரதத்தைப் பாரசீக மொழியில் மொழியாக்கம் செய்வதற்குக் கவிஞர்களும் அறிஞர்களும் அடங்கிய குழுவை அமைத்தார். அந்தக் குழுவில் அல்-பதாயுனி, ஃபைஸி, நகிப் கான், முல்லா ஷேரி உள்ளிட்ட பலர் இருந்தார்கள். அல்-பதானி முதல் கட்ட மொழியாக்கத்தைச் செய்தார். மற்றவர்கள் ஒவ்வொருவரும் சில பருவங்களை மொழிபெயர்த்தார்கள். மொழியாக்கப் பிரதிக்குச் சித்திரங்கள் தீட்டுவதற்காக ஓவியர்களை நியமித்த அக்பர் அந்த மொழிபெயர்ப்புக்கு ரஸ்ம்நாமா (Razmnama) எனப் பெயரிட்டார். யுத்தத்தின் வரலாறு என்று அதற்குப் பொருள். ஓவியங்கள் மகாபாரத நிகழ்வுகளை மட்டுமின்றி ராமாயண நிகழ்வுகளையும் சித்தரித்தன. அந்தப் பணியிலிருந்து அக்பரால் நீக்கப்பட்ட ஓவியர்கள் சிலர் பயன்படுத்தப்படாத தங்கள் ஓவியங்களை ஆக்ரா சந்தையில் விற்றதாகத் தெரிகிறது. 'Paintings of Razmnama: The Book of War' என்னும் தலைப்பில் 1985இல் அசோக் குமார் என்பவர் வெளியிட்ட நூலில் இந்த ஓவியங்களில் சிலவற்றைக் காணலாம்.

ஒன்பதாம் நூற்றாண்டிலேயே தமிழில் மகாபாரதம் மொழிபெயர்க்கப்பட்டிருந்தது. 'பாரத வெண்பா' என்னும் பெயரில் பெருந்தேவனார் என்னும் கவிஞர் மகாபாரதத்தைத் தமிழில் இயற்றினார். இவர் பாரதம் பாடிய பெருந்தேவனார்

என அறியப்படுகிறார். 14ஆம் நூற்றாண்டில் வில்லிப்புத்தூரார் மகாபாரதத்தைத் தமிழில் எழுதியிருக்கிறார். ‘வில்லிபாரதம்’ என்ற பெயரில் அது இன்னமும் பிரபலமாக உள்ளது. தெலுங்கு மொழி பிறந்த காலகட்டத்திலேயே அதில் தோன்றிய மகத்தான இலக்கியப் படைப்பு மகாபாரதம். 11ஆம் நூற்றாண்டில் நன்னய்யா என்னும் கவிஞர் இதை இயற்றினார். கன்னட மொழியில் குமார வியாசர் எனப் போற்றப்பட்ட மகத்தான இலக்கியப் படைப்பாளியான நாராயணப்பா மகாபாரதத்தை இயற்றினார். குஜராத்தி, வங்காளம் ஆகிய பல மொழிகளில் மகாபாரதத்தின் பல பகுதிகள் அவ்வப்போது மொழிபெயர்க்கப் பட்டன. இவற்றையெல்லாம் விரிவான முறையில் ஒப்பிட்டுப் பார்க்கும் வகையில் இந்த மொழியாக்கங்களையெல்லாம் முழுமையாகவோ சுருக்கப்பட்ட வடிவிலோ தொகுக்கும் முயற்சி எதுவும் இதுவரை நடைபெறவில்லை. அது நடக்கும்போது அசல் மகாபாரதம் எப்படி இருந்தது என்று கூடுதலாக அறிந்துகொள்வது சாத்தியமாகும். பண்பாட்டுத் தாக்கத்தின் வரலாற்றையும் மேலும் முழுமையாக அறிந்துகொள்ள முடியும்.

இந்திய மொழிகளில் இருக்கும் மொழிபெயர்ப்புகள், சமஸ்கிருதத்தில் உள்ள ‘ஆய்வுப் பதிப்பு’ ஆகியவற்றைத் தவிரப் பல்வேறு பழங்குடி மொழிகளில் மகாபாரதத்தின் வாய்மொழிப் பாடல் வடிவங்கள் புழங்கிவருகின்றன. ராஜஸ்தான், குஜராத் மாநிலங்களின் எல்லையில் உள்ள பனாஸ்காண்டா – சபர்கந்தா பகுதியில் பிலி மொழியின் காராசியா என்னும் கிளைமொழியில் உள்ள பாரத் என்னும் நீண்ட கவிதை இத்தகைய படைப்புகளில் ஒன்று. பனாஸ்காண்டாவைச் சேர்ந்த பகவன்தாஸ் படேல் என்னும் பள்ளிக்கூட ஆசிரியர் நாட்டார் இலக்கியத்தில் முனைவர் பட்டம் பெற்றவர். இவர் பல பதிற்றாண்டுகள் செலவிட்டு பிலி மொழியின் ‘பாரத்’ வாய்மொழிக் கவிதையின் பிரதியையும் அதை மேடையில் நிகழ்த்தும் முறையையும் ஆவணப்படுத்தியிருக்கிறார். அவருடைய பிரதி குஜராத்தி, இந்தி, ஆங்கிலம் ஆகிய மொழிகளில் கிடைக்கிறது. காராசியா பிலி மொழியின் மகாபாரதக் கதையிலும் பண்டார்கர் இன்ஸ்டிட்யூட் வெளியிட்ட ‘ஆய்வுப் பதிப்’பிலும் பல கூறுகள் ஒன்றாக இருக்கின்றன. ஆனால் வேறுபாடுகள் முக்கிய மானவை. எடுத்துக்காட்டாக, திரௌபதி துகிலுரியும் நிகழ்வு பழங்குடியினரின் காவியத்தில் இல்லை. ‘ஆய்வுப் பதிப்பு’ நாக வேள்வியைச் சித்தரிக்கிறது. பழங்குடியினரின் பிரதியோ நாகங்களின் அரசனான வாசுகியைக் குரு வம்சத்தின் நாயகர்களைக் காட்டிலும் ஆற்றல் வாய்ந்தவராகவும் வெற்றி

வீரராகவும் சித்தரிக்கிறது. பிலி மொழியில் உள்ள மகாபாரதத்தில் வாசுகிக்கும் திரௌபதிக்கும் இடையே உறவு ஏற்படுகிறது. அவர்கள் இருவரும் படுக்கையில் இருக்கும்போது கட்டிலின் கால்களில் கட்டப்பட்டிருக்கும் அர்ச்சுனன் எதுவும் செய்ய முடியாமல் பார்த்துக்கொண்டிருக்கிறான்.[11] இந்தப் பிரதியில் பகவத் கீதை இல்லை. ஆனால் முக்கியப் பாத்திரமாகக் கிருஷ்ணன் இடம்பெறுகிறான். சத்யவான் – சாவித்திரி, நள – தமயந்தி, ருரு – பிரமத்வாரா ஆகிய கதைகள் பிலி மகாபாரதத்தில் இல்லை. மகாபாரதத்தைச் சொல்லும் விதம், அதை நிகழ்த்தும் விதம் ஆகியவற்றுடன் தொடர்புள்ள சடங்குகள், பிலி மகாபாரதம் அவர்களுடைய கலாச்சாரத்தில் புனிதத்தன்மை கொண்டதாக இருப்பதைக் காட்டுகின்றன.

வாய்மொழிக் காவியம் எப்படி இருக்கிறது அல்லது எப்படி இருக்கக்கூடும் என்பது பற்றிய என்னுடைய கருத்தை பிலி மகாபாரதம் வடிவமைத்திருக்கிறது. ஆவணப்படுத்தப் பட்டுள்ள அந்தப் பிரதியைக் கவனமாகப் படித்திருக்கிறேன். அவர்களுடைய மகாபாரத நிகழ்வைப் பலமுறை பார்த்திருக்கி றேன். இந்தக் காவியத்தை நாடக வடிவில் நிகழ்த்துவதற்காகப் பல ஆண்டுகள் பயிற்சி எடுத்துக்கொண்ட அந்தக் கலைஞர் களிடமும் பேசியும் இருக்கிறேன். அவர்களுடைய வடிவம் கொச்சையானதோ அல்லது மகாபாரதத்தைத் தழுவிய நாட்டார் வடிவமோ அல்ல என்பதுத்தெளிவாகத் தெரிகிறது. இது சுமார் 2000 ஆண்டுகளுக்கு முன்பு வியாசர் தொகுத்த மகாபாரத வடிவத்திற்கு முந்தைய வடிவமாக, பிரதான கதைக்குப் பொருந்தாத பாலின்பப் பகுதிகளைத் தவிர்த்த வடிவமாக இருந்திருக்கக்கூடும்.

இந்தியாவில் இத்தகைய மகாபாரத வடிவங்கள் மேலும் இருக்கின்றன. பாகவதம், பகவத் கீதை ஆகியவையும் இந்தியாவில் மகாபாரத மரபை உயிர்ப்புடன் வைத்திருக் கின்றன. மகாபாரதத்தை அச்சில் அதிகம் பாத்திராத இந்தியர்கள் பலரும் – அவர்கள் இளையோராகவோ முதியோராகவோ இருக்கலாம்; நகரவாசியாகவோ கிராமவாசியாகவோ இருக்கலாம் – தங்களுக்கு மகாபாரதம் தெரியும் என்று நினைக்கிறார்கள். மகாபாரதப் பிரதியை முழுமையாக வீட்டில் வைத்திருந்தால் அது குடும்பத்திற்கு ஆகாது என்னும் மூடநம்பிக்கையும் பரவலாக இருக்கிறது. பகவத் கீதை விஷயத்தில் அப்படிப்பட்ட நம்பிக்கை எதுவும் இல்லை என்பதால் இதை வாங்கி வீட்டில் வைத்திருப்பார்கள்.

11. பகவன்தாஸ் படேல் தொகுத்த Bharath: *An Epic of the Dungri Bhils*, மொழியாக்கம்: நீலா ஷா

நகரங்களிலும் அவற்றைச் சார்ந்த இடங்களிலும் உள்ளவர்கள் தொலைக்காட்சியில் மகாபாரதம் பார்க்கிறார்கள். முக்கியமான பகுதிகளைப் பலர் வாய்மொழியாகக் கேட்கிறார்கள். கிராமப்புறங்களில் மழைக்காலங்களின்போது மகாபாரத சுலோகங்களை வாசிக்கும் மரபு இருபதாம் நூற்றாண்டின் தொடக்கம் வரையிலும் நிலவி வந்தது. கடந்த சில பதிற்றாண்டுகளாக இதிகாசக் கதைகளைக் கதாகாலட்சேப வடிவில் வாய்மொழியாகச் சொல்லிக் கேட்பது அரிதாகி வருகிறது. தற்போது மகாபாரதத்தை அறிந்துகொள்வதற்கான வழிகள் ஒருவிதத்தில் குறுகிவிட்டன. குழந்தைகளுக்குச் சித்திரக் கதைகளாக அது அறிமுகமாகிறது. பெரியவர்கள் தொலைக்காட்சியில் அதைப் 'பார்க்கிறார்கள்' என்றாலும் மகாபாரதம் நமக்குத் தெரியும் என்றே நாம் நம்புகிறோம். ராமாயணத்தைத் தவிர வேறு எந்த இலக்கியப் படைப்பும் இவ்வளவு அதிகமான மக்களை இத்தனை காலத்திற்குத் தன் வசீகரப் பிடிக்குள் வைத்திருக்கவில்லை. மகாபாரதத்தைப்போல உலகின் எந்தப் பிரதியும் மக்களின் உணர்வுபூர்வமான வாழ்க்கையோடு இந்த அளவுக்கு இணைந்திருக்கவில்லை.

காவியம் என்பது ஒரு நூற்றாண்டின் கவிதை என்று சொல்லப்படுவதுண்டு. இந்தக் கூற்று காவிய உருவாக்கத்தைக் குறைவாக மதிப்பிடுவதாக இருக்கலாம். ஒவ்வொரு நூற்றாண்டிலும் காவியம் எழுதப்படுவதில்லை. எழுதப்படும் எல்லாக் கவிதைகளும், அவை மிக நீளமாக இருந்தாலும், காவிய அந்தஸ்தைப் பெற்றுவிடுவதில்லை. மேற்கத்தியத் தொன்மக் கதைகள் பலவும் இலியட் அல்லது ஒடிசியில் வேர் கொண்டுள்ளன. இதனின்றும் மாறுபட்ட மேற்கத்தியத் தொன்மக் கதைகள் விவிலியத்திலிருந்து தோன்றுகின்றன. முன்பே நான் வாதிட்டதுபோல மேற்கத்திய நவீனத்துவம் ஹோமர் பாணியிலான தொன்மத்தைப் பெருமளவில் மூடி மறைத்துவிட்டது. மகாபாரத விஷயத்தில் இது நடக்க வில்லை. அதுபோலவே, விர்ஜிலின் ஏனியட், தாந்தேயின் டிவைன் காமெடி ஆகியவை செவ்வியல் படைப்புகளாகக் கருதப்பட்டாலும் நவீன மேற்கத்திய நாடுகளின் கற்பனையில் அவை உயிர்ப்புடன் இல்லை. ஜான் மில்டனின் இழந்த சொர்க்கம் இலக்கிய மாணவர்களுக்கான பாடமாக மட்டுமே இன்று இருக்கிறது. அவர்கள் இந்தக் காவியத்தின் தொடர்ச்சி யான மீண்ட சொர்க்கத்தைக்கூட அவ்வளவாகப் படிப்பதில்லை.

சாவித்ரி என்னும் படைப்பை உருவாக்க அரவிந்தர் சுமார் நாற்பது ஆண்டுகளைச் செலவிட்டார். விநாயக் கிருஷ்ண கோகக் என்னும் கன்னட மொழிக் கவிஞர் ஒரு காவியத்தை

உருவாக்கும் நோக்குடன் பாரத சிந்து ரஷ்மி என்னும் கவிதையைத் தன்னுடைய மொழியில் இயற்றினார். இலக்கிய வட்டாரங்களில் இந்தக் கவிதைகள் முக்கியத்துவம் பெற்றாலும் இந்தியாவின் பொது வாசகர்களின் மனங்களில் இவை காவிய அந்தஸ்தைப் பெறவில்லை. இந்தப் படைப்புக்கள் எவ்வளவுதான் பெரியவையாக, பரிசோதனைகள் நிறைந்தவையாக, அழகியல் ரீதியில் இனியவையாக இருந்தாலும் இவை காவியமாக உருப்பெறவில்லை. எனவே, ஒரு படைப்பின் நீளம் மட்டும் அதைக் காவியமாக ஆக்கிவிடாது என்று சொல்வதே யதார்த்தமானதாக இருக்கும். காவியமானது ஒரு நாகரிகத்தின் உதயத்துடன் உருப்பெற்று அந்த நாகரிகத்தின் அடையாளச் சின்னமாக மாறுகிறது. புதிய நாகரிகம் என்பது வெறுமனே புதியதொரு வர்க்கம் ஆதிக்கம் பெறுவதோ அல்லது புதிய இலக்கிய நுண்ணுணர்வு உருப்பெறுவதோ அல்ல. மிகப் பரவலான முறையில் மாபெரும் யுகமாற்றம் ஏற்படத் தொடங்கும்போது ஒரு நாகரிகம் உதயமாகிறது. பொருள்கள், பண்பாடு, ஆன்மிகம் ஆகியவை தொடர்பான மக்களின் பார்வைகளின் அடிப்படைகளையே மாற்றக்கூடிய மாற்றமாக இது இருக்கும். இத்தகைய மாற்றம் நிகழும்போதுதான் ஒரு புதிய நாகரிகம் பிறக்கிறது.

பண்டைய இந்தியாவில் பல நூற்றாண்டுக் காலமாக நிகழ்ந்துவந்த மாற்றத்தைப் பற்றி மகாபாரதம் நமக்குச் சொல்கிறது. அப்படியானால் மகாபாரதத்தின் ஆர்வத்தைத் தூண்டிய அத்தகைய மாபெரும் மாற்றம் எது? மதிப்பிற்குரிய பண்பாட்டு மானுடவியலாளரான இராவதி கார்வே தன்னுடைய 'யுகாந்தா' என்னும் அற்புதமான நூலில் மகாபாரதம் ஒரு யுகத்தின் முடிவைச் சித்தரிக்கிறது என்கிறார். மேய்ச்சல் வேளாண் சமூக அமைப்பிலிருந்து தொடக்க கால நிலப்பிரபுத்துவ அமைப்பிற்கு மாறுவதைக் குறிக்கிறது என்றும் அவர் சொல்கிறார். வரலாற்றுக்கு முந்தைய காலத்தின் இத்தகைய மாபெரும் மாற்றத்தைப் பதிவுசெய்யும் படைப்பு வரலாற்றின் பதவியாகவே பார்க்கப்பட்டிருக்க வேண்டும்; இந்திய வரலாற்றின் அதிகம் அறியப்படாத பகுதிகள்மீது பல தலைமுறைகளின் கவனத்தை ஈர்த்திருக்க வேண்டும். தங்களது தொடக்கப் புள்ளியை அறிவது அல்லது கற்பனை செய்துபார்ப்பது என்பதற்கான உந்துதல் எல்லாக் காலங்களிலும் எல்லா நாகரிகங்களிலும் மக்களின் கற்பனையில் ஆதிக்கம் செலுத்துகிறது. ஆனால் மகாபாரதம் மக்கள்மீது தொடர்ச்சியாகச் செலுத்திவரும் தாக்கம், இந்தியச் சமூகம் இந்தக் காவியத்துடன் கொண்டிருக்கும் தொடர்ச்சியான உறவு ஆகியவற்றுக்கு

இதே அளவுக்கு அடிப்படையான, வேறொரு காரணமும் இருக்கிறதா? இந்தக் காவியத்திற்கும் தேசத்திற்கும் இடையிலான உறவில் மகாபாரத விமர்சகர்களின் கவனத்தில் படாத ஏதோ ஒன்று இருக்கிறதா? இந்தக் கேள்வியும் நம் கவனத்திற்கு உரியது.

மகாபாரதம் குறித்த கேள்விகளை அணுகும்போது இலக்கிய அறிஞர்களும் விமர்சகர்களும் மொழியியல், தொல்லியல் தொடர்பான தடயங்களைச் சார்ந்திருப்பது வழக்கம். பண்டைய இந்தியப் பிரதிகள் தொடர்பான ஆய்வில் சிலர் கணிதம், வானியல் ஆகியவற்றையும் பயன்படுத்தியிருக்கிறார்கள். 19ஆம் நூற்றாண்டின் இறுதிப் பதிற்றாண்டில் பால கங்காதர திலகர் 'தி ஓரியன்' *(The Orion)* என்னும் நூலை எழுதினார். பீஷ்மரின் மரணம் மகர தை மாதத்தின் முடிவில் நிகழ்வதாகச் சொல்லப்படுவதால் 'வேதங்க ஜோதிஷா' எனும் நூலிலும் இதர சில நூல்களிலும் குறிப்பிடப்பட்டிருப்பதுபோல அவிட்ட நட்சத்திரத்தின் *(Dhanishtha)* தொடக்கத்துடன் மழைக்கால சங்கராந்தியும் இணைந்து வந்திருக்கக்கூடிய காலகட்டத்தில் மகாபாரதப் போர் நடந்திருக்க வேண்டும் என்று அந்த நூலில் திலகர் வாதிடுகிறார்.[12] அநுசாசன பருவத்தில் வரும் 169ஆவது ஸ்லோகத்தை அவர் இதற்குத் துணையாக மேற்கோள் காட்டுகிறார். திலகரின் கணக்கையும் அவருடைய வாதத்தின் தர்க்கத்தையும் பெரும்பாலான வரலாற்றாசிரியர்கள் கேள்வி எழுப்பி நிராகரித்துவிட்டார்கள்.

வரலாற்றுக்கு முந்தைய காலத்திற்கும் வரலாற்றுக் காலகட்டத்திற்கும் இடைப்பட்ட, அவ்வளவாக அறியப்படாத காலகட்டத்தில் இந்தியாவில் இருந்த ஆட்சியாளர்கள், அரச வம்சங்கள் ஆகியவை வருமாறு: பிரத்யோத வம்சம் (2779–2544 ஆண்டுகளுக்கு முன்பு), ஹர்யங்கா வம்சம் (2544–2413 ஆண்டுகளுக்கு முன்பு), சிசுநாக வம்சம் (2413–2345 ஆண்டுகளுக்கு முன்பு), நந்த வம்சம் (2345–21 ஆண்டுகளுக்கு முன்பு), மௌரிய வம்சம் (2321–2185 ஆண்டுகளுக்கு முன்பு). சிந்து சமவெளி நாகரிகத்தைச் சேர்ந்த (4400–3900 ஆண்டுகளுக்கு முந்தைய) வரி வடிவங்கள், எழுத்து முறைகளின் பொருள்களை இன்னமும் கண்டுபிடிக்க முடியவில்லை. இன்றைக்கு 2250 ஆண்டுகளுக்கு முன்பு[13] அசோகரின் காலத்தில் எழுதப்பட்டவைதாம் நமக்குக் கிடைக்கும் ஆகப் புராதனமான வரிவடிவம். ஒரு

12. பால கங்காதர திலகர், *The Orion: Or Researches into the Antiquity of the Vedas*, Pune: Geeta Printers, 1893, 1999, p. 29.

13. கிமு, கிபி, பொது ஆண்டு, பொது ஆண்டுக்கு முன்பு என்றெல்லாம் எழுதுவதைவிடவும், இன்றிலிருந்து, எனக் குறிப்பிடும்போது புரிந்து கொள்வது எளிது.

மொழியின் வரிவடிவம் முழுமையான வடிவம் பெறுவதற்குக் கணிசமான காலம் பிடிக்கும் என்பதால் எழுத்து என்பது இந்தக் காலகட்டத்திற்கு முன்பு மிகக் குறைவான வட்டத்திற்குள்தான் புழங்கியிருக்க வேண்டும். பார்லி (*Barli*) தூண் பொறிப்புகள் சோஹ்கௌரா (*Sohgaura*) செப்பேடுகள் போன்றவை இதற்குச் சற்றே முந்தைய காலத்தைச் சேர்ந்தவையாகக் கருதப்படுகின்றன. இந்த வரிவடித்தின் அதிகாரபூர்வமான பயன்பாடுகள் அசோகரின் காலத்திற்கு முன்பு நிகழவில்லை. பாணினி பொ.ஆ.மு. 5–6 நூற்றாண்டுகளில் அல்லது அதற்கும் முன்னதாகத் தன்னுடைய புகழ்பெற்ற 'அஷ்டாத்யாயி' என்னும் நூலை எழுதிவிட்டார். அவருடைய காலம் இன்றைக்கு 24 அல்லது 27 நூற்றாண்டுகளுக்கு முந்தையது என மேற்கத்திய, இந்திய அறிஞர்கள் குறிப்பிடுகிறார்கள். இன்று நமக்குக் கிடைக்கும் பண்டைய எழுத்து வடிவத்தை இன்றைக்கு 25 நூற்றாண்டு களுக்கு முந்தைய இந்திய அறிஞர்கள் பயன்படுத்தியிருக்கக் கூடும் என்பதையே இது காட்டுகிறது.

வாய்மொழி மரபின் மூலமாகவே அடுத்தடுத்த தலைமுறை களுக்குக் கொண்டுசெல்லப்படும் இலக்கியங்களைத் தவிர்த்து விட்டுப் பார்த்தாலும் ராமாயணத்தை இயற்றியவர்தான் இந்திய இலக்கிய மரபின் முதல் கவிஞர் என்பதில் கருத்தொற்றுமை நிலவுகிறது. 24,000 சுலோகங்களைக் கொண்ட ராமாயணம், கறாராகப் பார்த்தால் பொது ஆண்டுகளுக்கு முந்தைய முதல் நூற்றாண்டைச் சேர்ந்தது என்றும், சற்றே தாராளமான மனதுடன் மதிப்பிட்டால் பொது ஆண்டுக்கு முந்தைய மூன்றாம் நூற்றாண்டைச் சேர்ந்தது என்றும் சொல்லப்படுகிறது. ராமாயணத்திற்குச் சற்றே பிந்தைய காலத்தில் எழுதப்பட்டது மகாபாரதம். வால்மீகியின் பாணியிலான தாக்கத்தை வியாசரின் நடையில் காணலாம். வியாசர் என்று அறியப்படும் கவிஞர் பொது ஆண்டுக்கு முந்தைய முதல் நூற்றாண்டுக்கும் மூன்றாம் நூற்றாண்டுக்கும் இடையில் அல்லது அதற்குச் சற்றுப் பிறகு எழுதியிருக்க வாய்ப்புள்ளது; 'வாய்ப்புள்ளது' என்றுதான் சொல்ல முடியும். ஆனால் அந்த 'எழுத்து' முழுமை யாக அசலானதல்ல. அவர் உருவாக்கிய தொகுப்பில் அதற்கு முன்பு வாய்மொழியாகக் கடத்தப்பட்டுவந்த காவியத்தின் பகுதிகள் இருந்தன. கிருஷ்ண துவைபாயனர் என்பவர் எழுதியவையும் இதர பல்வேறு கதையாடல்களும் அந்தப் பகுதிகளில் இருந்தன. இவற்றில் நள–தமயந்தி, சத்யவான்– சாவித்திரி, ருரு – பிரமத்வரா போன்ற பல கதைகள் இருந்தன.

வியாசர் தன் காலத்திற்கு முன்பு புழக்கத்தில் இருந்த வாய்மொழிக் கதையாடல்களையும் சேர்த்துக் 'கடந்த காலத்து

நினைவு'களின்[14] மாபெரும் தொடர்ச்சியைத் தன்னுடைய படைப்பில் சேர்த்திருப்பதாகவும் தெரிகிறது. இது வேத காலத்தி லிருந்து குருட்சேத்திரப் போர் வரையிலுமான காலகட்டம்.

பிரத்யோத வம்சத்தின் எழுச்சிக்கு முன்னதாகக் குருட்சேத்திரப் போர் நடைபெற்றிருக்கும் என்று தோன்றுகிறது. நம் காலத்திற்கு முன்பு 28 நூற்றாண்டுகளுக்கு முன்பு இந்த வம்சம் வலுவான ராஜ்ஜியத்தை உருவாக்கியிருந்தது. பிரத்யோதர்களுக்கு முன்பு இந்தியாவின் வரலாற்றுக்கு முந்தைய காலகட்டத்தில இருந்த குரு[15] வம்சத்தவர்களைப் பற்றிய குறிப்பு இருக்கிறது. இவர்கள் நம் காலத்திற்கு முன்பு சுமார் 29 முதல் 32 நூற்றாண்டுகள் வரையிலுமான காலகட்டத்தில் இருந்திருப்பதாகத் தெரிகிறது. அப்படியானால் இந்தப் போருக்குப் பின்பும் குரு வம்சத்து மன்னர்களின் சில தலைமுறைகள் ஆட்சி செய்திருப்பதற்கான தடயங்கள் கிடைப்பதை வைத்துப் பார்க்கும்போது குருட்சேத்திர மகா யுத்தம் 30 நூற்றாண்டுகளுக்கு முன்பு நடந்திருக்கக்கூடும். போர் முடிந்ததும் (28 நூற்றாண்டுகளுக்கு முன்பு இருக்கலாம்) வாய்மொழி வடிவில் நீண்ட கதையாடலும் விரிவான மகாபாரதத் தொகுப்பும் உருவாகியிருக்கக்கூடும். புழக்கத்தில் இருந்த கதையாடல்கள் அனைத்தும் ஒன்பது அல்லது பத்து நூற்றாண்டுகளுக்குப் பிறகு ஏதோ ஒரு வடிவில் எழுத்தாக்கம் பெற்றிருக்கலாம். பாரதம் (பின்னாளில் மகாபாரதம்) படிக்கும் வழக்கம் பரவலாக இருந்திருக்க வாய்ப்பிருக்கிறது.[16] இந்த வழக்கம் பரவலாக ஆவதற்கு மகாபாரதப் பிரதியில் புதியவை சேர்ந்துகொண்டிருப்பதற்கான வாய்ப்புகள் அதிகம். வியாசர் தன்னுடைய காவியத்தைக் கட்டமைத்த மரபை அடியொற்றி, அவர் உருவாக்கிய பிரதி வாய்மொழியாகத் தலைமுறை தலைமுறையாக எடுத்துச் செல்லப்பட்டது. பல நூற்றாண்டு களில் புதுப் புதுச் சேர்க்கைகளையும் அது பெற்றது. பகவத் கீதையும் அவற்றில் ஒன்று எனக் கருதப்படுகிறது. கிருஷ்ணன் என்னும் பாத்திரம் உன்னத வடிவம் பெறுவதும் அவதாரம்

---

14. Original English title of Marcel Proust's *In Search of Lost Time*.

15. குரு வம்சத்தைப் பற்றிய குறிப்பு குரு வம்சத்துப் போரைப் பற்றிய மகாபாரதத்தில் மட்டுமல்லாமல் வரலாற்றுக் காலகட்டத்திற்கு முந்தைய இந்தியாவின் எல்லாப் புத்தகங்களிலும் காணப்படுகிறது. மைக்கேல் விட்சல் எழுதிய 'Early Sanskritization: Origin and Development of the Kuru State', *Electronic Journal of Vedic Studies* (EJVS), Vol. 1, No. 4, 1995, (pp. 1–26) காண்க.

16. தோராயமாக 24,000 சுலோகங்களைக் கொண்ட இந்த வடிவம், இன்று மகாபாரதம் என அறியும் வடிவத்தைக் காட்டிலும் மிகவும் சிறியது. இது ஜய (வெற்றி) அல்லது இதிகாசம் (வரலாறு) அல்லது ஜய–இதிகாசம் என வழங்கப்பட்டது.

என்னும் நிலைக்கு உயர்ந்ததும் இத்தகையதுதான். வேத பிராமணியத்தின் கட்டுப்பாட்டில் இல்லாத பொது வெளியில் ராமாயணமும் மகாபாரதமும் ஒரே நேரத்தில் புழங்கிவந்ததும் கிறிஸ்துவுக்குப் பிந்தைய முதல் ஆயிரமாண்டுகளில் அவதாரம் என்னும் கருத்து வலுப்பெற்றுப் பரவலாக ஏற்கப்பட்டதற் கான காரணமாக இருக்கலாம். விரிவான மகாபாரதப் பிரதியும் பண்பாட்டுரீதியாக அதை நினைவுபடுத்திக்கொள்ளும் வழக்கமும் கடந்த 2000 ஆண்டுகளில் நாடு முழுவதும் பிராமணரல்லாத பிரிவினருக்கிடையேயும் பரவியது. இந்தக் காவியத்தின் சில பகுதிகள் குறிப்பிட்ட ஒரு காலகட்டத்தில் அதிக முக்கியத்துவம் பெற்றன. வேறுசில பகுதிகள் வேறு காலகட்டங்களில் முதலிடம்பெற்றன. புராதன இந்தியாவின் ஆரம்பக் கட்டங்களில் வேதம், உபநிஷத்துக்கள், வேதாங்கங்கள், பிராமணங்கள், ஸ்மிருதிகள், சாஸ்திரங்கள் எனப் பல வகையான படைப்புகள் உருவாயின. இவற்றில் ராமாயணம், மகாபாரதம் ஆகியவை மட்டுமே சமுதாயத்தின் அனைத்துப் பிரிவினரிடையிலும் தடையின்றிப் புழங்கிவந்தன. அந்தக் காலத்தில் நிலவிவந்த புனிதம், தீட்டு முதலான விதிகளிலிருந்து இவற்றுக்கு விலக்கு அரை மனதோடுதான் கிடைத்தது. புராதன இந்தியாவின் 'புனிதப்' பிரதிகளை நேரடியாகக் கற்கவோ கேட்கவோ அனுமதி மறுக்கப்பட்ட பிரிவினருக்கான தர்ம சாஸ்திரங்களாக இவை விளங்கின. பல்வேறு, சிக்கலான கதை மாந்தர்களைக் கொண்டிருந்த மகாபாரதம், பெரும்பாலான இந்தியருக்கு ஒரு வகையான வரலாறாகவும் புனைவிலக்கியமாகவும் திகழ்ந்தது. முதலில் சுருக்கமான கவிதை வடிவிலும் பிறகு, வியாசரின் எழுத்து வடிவிலான மதிப்பு மிக்க காவியமாகவும் (பிரதானமாக வாய்மொழியாகவே இது காலங்களைத் தாண்டி எடுத்துச் செல்லப்பட்டாலும்), அடுத்து நாடகம், நடனம், இசை ஆகிய வடிவங்களிலும் மகாபாரதம் கடந்த 30 நூற்றாண்டுகளாகப் பண்பாட்டுத் தளத்தில் இத்தகைய அலாதியான பங்கினை ஆற்றிவருகிறது. நவீன இந்திய மொழிகளில் செய்யப்பட்ட மொழியாக்கங்கள் இதன் பரவலுக்கு உதவியிருக்கின்றன.

புராதன கால இந்தியாவில் இருந்த இனங்கள் குறித்த புதிய தடயங்களை மரபணுவியல் அறிந்திருக்கிறது. இந்த வழிமுறையைப் பின்பற்றுவதில் ஆர்வமுள்ளவர்களுக்கு டேவிட் ரீச் எழுதிய *'Who we Are and How we got here'* என்னும் நூலைப் பரிந்துரைக்கிறேன். 2016 வரையிலுமான மரபணு ஆராய்ச்சிகளை ரீச் பதிவு செய்கிறார். பல்வேறு ஆய்வுக் குழுக்கள் கண்டறிந்தவற்றின் அடிப்படையில் இந்தியர்களின் தோற்றுவாய் குறித்தும் அவர்கள் பரவிய வரலாற்றுக்கு முந்தைய

காலகட்டங்கள் குறித்தும் சில தற்காலிக அனுமானங்களையும் முன்வைக்கிறார். மரபணுவியலைப் பயன்படுத்தி ஒரு சமூகத்தை விளக்குவதில் அபாயம் இருக்கிறது. குறிப்பிட்ட ஒரு கருத்தையோ நோக்கத்தையோ முன்னிறுத்தும் முனைப்புடன் இதைப் பயன்படுத்தினால் இனவாத, சாதியவாதக் கோட்பாடுகளுக்கு ஆதரவளிப்பதில் போய் முடிந்துவிடக்கூடும். ரீச்சும் இந்த அபாயத்தை உணர்ந்திருந்தார். எனவே இந்தியா பற்றிய தனது விவாதத்தை, ஹிட்லர் இந்தியாவின் மீதான மேற்குலகின் வெற்றி என்னும் கோட்பாட்டுக்கு ஆதரவாகத் தனக்குக் கிடைத்த மொழியாராய்ச்சி முடிவுகளை எப்படி முன்னிறுத்தினார், ஆரிய மேன்மை என்ற புராணிகக் கருத்தியலையும் ஸ்வஸ்திக் போன்ற பண்டைய குறியீடுகளையும் எப்படிப் பயன்படுத்தினார் என்பவை குறித்த கருத்துரைகளுடன் துவங்குகிறார். இத்தகைய அபாயம் இருப்பதைப் புரிந்துகொண்டு, இன்றைக்கு *30 நூற்றாண்டுகளுக்கு முன்பு இந்தியர்கள் 'கடந்த' காலம்* என்பதை எப்படிப் புரிந்துகொண்டிருப்பார்கள் என்பது குறித்து மரபணுவியல் கூறுவதைப் பார்ப்பது பலனளிக்கக் கூடியதாக இருக்கும்.

ஒரு நூலும் ஒரு கடிதமும்தான் இந்தியாவைப் பற்றிய தன்னுடைய ஆர்வத்தைத் தூண்டின என்று ரீச் தெரிவிக்கிறார்.[17] அந்த நூல் லூய்சி லூகா கவாலி ஸ்ஃபோர்ஸா *(Luigi Luca Cavalli-Sforza's)* எழுதிய *'The History and Geography of Human Genes.'* அந்த நூலில் அந்தமானில் இருந்த நீக்ரிடோ மக்களைப் பற்றிய ஒரு கருதுகோள் உள்ளது. தகுந்த ஆய்வு முடிவுகள் இதை உறுதிப் படுத்துமானால் *40,000* ஆண்டுகளுக்கு முன்னால் 'ஆப்பிரிக்காவிலிருந்து வெளியேறு' பிற பகுதிகளைச் சென்றடைந்த மக்களைப் பற்றி விவரங்களை இந்த அந்தமான் மக்கள் அளிக்கக்கூடும். இந்த ஆய்வை மேற்கொள்வதற்காக ரீச் ஹைதராபாத்தில் உள்ள செல்லுலார் மற்றும் மாலிக்யூலர் பயாலஜி மையத்தில் பணிபுரியும் அறிவியலாளர்களான லால்ஜி, சிங்கையும் குமாரசாமி தங்கராஜையும் தொடர்புகொண்டார். இந்த இருவரும் ரீச், அவருடைய சகா ஷிக் பேட்டர்சன் ஆகியோரைத் தங்கள் ஆராய்ச்சிப் பணிகளில் இணைத்துக் கொள்ள முடிவுசெய்தார்கள். கடந்த *9000* ஆண்டுகளுக்கு மேல் இந்தியாவில் வாழ்ந்துவரும் மக்களின் 'கலவை'யின் துல்லியமான இயல்பு என்ன என்பதை முடிவு செய்வதற்காக மரபணு மாதிரிகளைக் கொண்ட பெரும் தொகுப்புகளை அவர்கள் ஆய்வு செய்தார்கள். ஒவ்வொரு கருதுகோளாகத் தாண்டிச் சென்ற

---

17. David Reich, *Who We Are and How We Got Here: Ancient DNA and the New Science of the Human Past*, New York: Pantheon Books, 2018, p. 128.

அவர்கள் புதிய தடயங்களும் ஆய்வுக் கருவிகளும் கிடைத்த நிலையில் சில முடிவுகளுக்கு வந்தார்கள். தெற்குப் பகுதியில் இருந்தவர்கள் வடக்குப் பகுதி மக்களுடன் எப்போது கலந்தார்கள் என்பதைக் கண்டறிவது அவர்களுடைய பிரதான நோக்கமாக இருந்தது. அவர்களுடைய இறுதி முடிவை எப்படி எட்டினார்கள் என்னும் விவரங்களுக்குள் நாம் செல்லப்போவதில்லை. அவர்களுடைய இறுதிக் கண்டுபிடிப்புகளை மட்டும் இங்கே தருகிறேன்.

இந்த ஆய்வுத் துறை வளர்ந்துகொண்டே வருவதால் இந்த முடிவுகள் மேலும் மேம்படுத்தப்படலாம். இந்திய மக்களின் வரலாறு குறித்து உலகம் அறிந்துகொண்டிருப்பதில் முக்கியமான இடைவெளிகள் இன்னமும் இருக்கின்றன. ஹரப்பாவில் வாழ்ந்த மக்களைப் பற்றிய விவரங்கள் முழுமையாகக் கிடைக்காததே இதற்கு முக்கியக் காரணம்.

> இந்தியாவில் மக்களின் இடப்பெயர்வு குறித்த சித்திரம் ஐரோப்பவின் சித்திரத்தைக் காட்டிலும் தெளிவற்ற தாகவே உள்ளது. தெற்காசியாவின் புராதன மரபணுக்கள் கிடைக்காததே இதற்குக் காரணம். சிந்து சமவெளி நாகரிகத்தைச் சேர்ந்த மக்களின் மூதாதையார் என்பதுதான் மிகப்பெரிய மர்மமாக இருக்கிறது. 45 முதல் 38 நூற்றாண்டுகளுக்கு முன்பு சிந்து சமவெளியிலும் வட இந்தியாவின் சில பகுதிகளிலும் பரவியிருந்த இம்மக்கள், பண்டைய காலங்களில் நிகழ்ந்த மாபெரும் இடப்பெயர்வுகளின் இடையில் இருந்தார்கள்.[18]

2015ஆம் ஆண்டில் மூன்று சாத்தியக்கூறுகள் ஆராயப் பட்டன.

1) இரானைச் சேர்ந்த வேளாண் குடியினர், தென்னிந்தியரின் மூதாதையர் இருவரின் கலவையா?

2) இரானிலும் புராதன வட இந்தியாவிலும் இருந்த வேளாண் மக்களின் கலவையா?

3) அவர்கள் இரானின் வேளாண் மக்களா?

இந்தக் கேள்விகளுக்கு விடை காண அதிக காலம் பிடிக்கும். சிந்து சமவெளி நாகரிகத்தைத் தவிர்த்துவிட்டுப் பார்த்தால் புராதன இந்தியாவில் மக்களிடையே நிகழ்ந்த மாபெரும் கலப்பு குறித்துத் தற்போது நாம் அறியவந்திருக்கும் தகவல்கள் வருமாறு:

---

18. அதே நூல் பக்கம் 152–53

50,000 ஆண்டுகளுக்கு முன்பு யூரேஷியாவில் மக்கள்தொகை விரிவடைந்துவந்த நிலையில் சுமார் *40,000* ஆண்டுகளுக்கு முன்பு இந்தியாவில் மக்கள் வாழ்ந்துவந்தார்கள். இரண்டு இடங்களிலிருந்து வேளாண்மை இந்தியாவுக்கு வந்தது. யூரேஷிய வேளாண்மை ஈரான் வழியாகச் சுமார் *9,000* ஆண்டுகளுக்கு முன்பு இந்தியாவுக்கு வந்தது. அங்கிருந்து இந்தியாவின் வட பகுதிகளுக்குப் பரவியது. இத்துடன் அண்மை கிழக்கு சேர்ந்த குளிர்கால நஞ்சைப் பயிர்களான கோதுமையும் பார்லியும் வந்தன. உள்ளூர் மக்கள் இந்தியாவின் மழைப்பொழிவுச் சூழலுக்கேற்ப இவற்றைத் தகவமைத்துக்கொண்டார்கள். சீன மழைப்பொழிவை ஒட்டி வளரும் அரிசி, தானியங்கள் ஆகிய பயிர்கள் சுமார் *5,000* ஆண்டுகளுக்கு முன்பு இந்தியாவுக்கு வந்தன. ஹரப்பா பண்பாடும் நாகரிகமும் பொது ஆண்டு *2500–1700* காலகட்டத்தில் செழித்து வளர்ந்தன. இந்த நாகரிகம் ஏன் அழிந்தது என்னும் காரணம் இன்னும் கண்டறியப்பட வில்லை (தீர்மானிக்கப்படவில்லை). இதே காலகட்டத்தில்தான் யூரேஷிய மக்கள் இந்தியாவின் மேற்குப் பகுதிகளுக்குக் குடிபெயரத் தொடங்கினார்கள். அப்படி இடம் பெயர்வதற்கு முன்பு அவர்கள் ஒரு மொழியை உருவாக்கினார்கள். அது இந்தோ – இரானியன் மொழி எனத் தற்போது அறியப்படு கிறது. அந்த மொழியும் ஈரானை நோக்கி மேற்குப்புறமாக இடம்பெயர்ந்தது. மொழி சார்ந்த இந்தப் பிளவு நிகழக் கிட்டத்தட்ட ஆயிரம் ஆண்டுகள் ஆயின. அந்தக் காலகட்டத்தில் இந்தியாவை நோக்கி மெல்ல நகர்ந்து வந்த இந்த மொழியின் கிளையானது சுயசார்புள்ள தனித்த மொழியாக உருப்பெற்றது. அது இந்தோ ஆரியன் மொழிப்பிரிவு எனத் தற்போது குறிப்பிடப்படுகிறது. அவர்கள் யம்னயா நாகரிகத்தின் வழித்தோன்றல்கள் என்பது சிந்தஷ்டா, போடபோவ்கா, அர்க்கைம் ஆகிய இடங்களில் நடந்த அகழாய்வுகள் மூலம் தெரிகிறது. கணிசமாக உருமாறிய வடிவில் இந்த நாகரிகத்தை அவர்கள் இந்தியாவுக்கு எடுத்து வந்தார்கள்.

மெல்ல மெல்ல அவர்கள் இடம் பெயர்ந்த அந்தக் கால கட்டம் இந்திய வரலாற்றில் வேத காலம் என அறியப்படுகிறது. இந்தக் காலகட்டத்திலும் அதற்குப் பிந்தைய சில நூற்றாண்டு களிலும் மக்களிடையே புதிய கலப்பும் அதன் விளைவான மோதலும் இந்தியாவில் நிகழ்ந்தன. இவை அனைத்தும் மகாபாரதத்தின் வடிவம், உள்ளடக்கம், பொருள் ஆகியவற்றுடன் மிக நெருக்கமான தொடர்பைக்கொண்டிருக்கின்றன. டேவிட் அந்தோனியின் *'The Horse, The Wheel, and Language'* என்னும் குறிப்பிடத்தக்க ஆய்வு குதிரைகளால் இயக்கப்பட்ட இரண்டு

சக்கரங்கள் கொண்ட தேர்களின் பயன்பாடு எப்படி மானுட இனத்தின் வரலாற்றை மாற்றியது என்பதைப் பற்றியது. லூபோட்ஸ்கியின் சொற்பிறப்பியல் ஆய்வைக் குறிப்பிடும் டேவிட் அந்தோணி, அது பற்றி இவ்வாறு கருத்துரைக்கிறார்.

> ரிக் வேதத்தின் பழைய இந்தோ (Old Indic) மொழியில் மாறுபட்ட மொழிக் குடும்பத்திலிருந்து பெறப்பட்டதும் இந்தோ – ஐரோப்பிய மொழியைச் சேராததுமான சொற்கள் குறைந்தது 383 இருந்தன. பழைய இந்தோ மொழி, இரானிய மொழி ஆகிய இரண்டின் பிறப்பிடமான இந்தோ–இரானியன் மொழி அதே இந்தோ–ஐரோப்பியக் குடும்பத்தைச் சேராத மொழியிலிருந்து பல சொற்களைப் பெற்றிருந்ததையும் அந்தச் சொற்கள் பின்னாளில் பழைய இந்தோ மொழிக்கு வளமூட்டியதையும் அலெக்சாண்டர் லூபோட்ஸ்கி காட்டியிருக்கிறார். இந்தோ–ஐரோப்பிய மொழிக் குடும்பத்தைச் சாராத மொழியிலிருந்து பொது இந்தோ–இரானிய மொழி பெற்ற 55 சொற்களை அவர் தொகுத்திருக்கிறார். இது பழைய இந்தோ அல்லது அவேஸ்தன் (Avestan) மொழி பரிணமிப்பதற்கு முன்பு நடந்தது. பின்னாளில் இவை பொது இந்தோ–இரானிய மொழியிலிருந்து பிறந்த ஒன்று அல்லது இரண்டு மொழிகளில் உள்வாங்கப்பட்டன. பொது இந்தோ–இரானிய மொழியைப் பேசியவர்களுக்கிடையில் தொடர்பு இருந்தது. இவர்கள் ஒரே அந்நிய மொழித் தொகுப்பிலிருந்து சொற்களைப் பெற்றிருந்தார்கள். பின்னாளில் இந்த மொழியிலிருந்தே பழைய இந்தோ மொழி பேசுபவர்கள் மேலும் அதிகச் சொற்களை எடுத்துக்கொண்டார்கள்.[19]

இந்திரன், சோமன், ஹோமம், நக்னா (ரொட்டி), ஸ்பரா (கலப்பைகள்) ஆகியவை அப்படிப் பெறப்பட்ட சொற்களில் சில சமஸ்கிருதத்தின் தொடக்க கால வடிவமாக நாம் அறியவரும் பழைய இந்தோ மொழி பொது ஆண்டுக்கு முன்பு 1500–1300 ஆண்டுகளுக்கிடையில் உருப்பெற்றது. இந்தக் காலகட்டத்தைச் சேர்ந்த வேதங்களில் இந்த மொழியின் தொடக்க கால வளர்ச்சிப் படிநிலைகள் காணப்படுகின்றன. வேத மொழியின் பிற்கால வளர்ச்சிப் படிநிலைகள் தற்காலத்திற்கு 28 முதல் 32 நூற்றாண்டுகளுக்கு முன்பு உருப்பெற்றன. இந்தியாவிற்குள்

---

19. David W. Anthony, *The Horse, the Wheel, and Language: How Bronze-Age Riders from the Eurasian Steppes Shaped the Modern World*, Princeton and Oxford: Princeton University Press, 2007, p. 455.

வந்து இங்குள்ள மொழிகளுடனும் வேளாண்மை, வீடு கட்டுதல் ஆகியவற்றை அறிந்திருந்த மக்கள் கூட்டத்தினருடனும் ஊடாடியது மொழி மட்டுமல்ல. குதிரைகளால் வேகமாக இழுத்துச் செல்லப்படும் தேரும் வந்தது. பழைய இந்தோ மொழி பேசிய, தேர்களை ஓட்டத் தெரிந்த இந்த மக்கள் யம்னயா பண்பாட்டின் அடையாளங்களையும் கொண்டுவந்தார்கள். ஆயிரம் ஆண்டுக் காலத்தில் இந்தப் பண்பாட்டில் இணைந்து கொண்ட கடவுள்கள், வழிபாட்டு முறைகள், புனிதச் சடங்குகளில் ஆண்களின் மேலாதிக்கம், சொல்லில் இருக்கும் அரூபமான ஆற்றல் ஆகியவையும் யம்னயா பண்பாட்டுடன் வந்தன. டேவிட் அந்தோணி இவ்வாறு எழுதுகிறார்:

> *ரிக் வேத காலத்தின் மக்கள் கல் வீடுகளில் வசிக்கவில்லை. அவர்கள் காலத்தில் நகரங்கள் இல்லை. அவர்களுடைய எதிரிகளான தஸ்யுக்கள் சுவர்களால் சூழப்பட்ட வலுவான கட்டுமானங்களில் வசித்தார்கள். தேர்கள் பந்தயங் களிலும் போர்களிலும் பயன்படுத்தப்பட்டன. கடவுள்கள் வானில் தேரை ஓட்டினார்கள். முக்கியமான எல்லாக் கடவுள்களும் ஆண்கள். முக்கியமான ஒரே பெண் கடவுள் Dawn – உஷை. அவர் இந்திரன், வருணன், மித்திரன், அக்னி, இரட்டையர்களான அஸ்வினி தேவர்கள் ஆகியோரைக் காட்டிலும் குறைவான ஆற்றல் கொண்டவர்.*[20]

மகாபாரதக் கதையில் வேதகாலக் கடவுள்கள் வெளிப்படையாகவே இடம்பெற்றுள்ளார்கள். பல்வேறு ராஜ்ஜியங்கள் அழிக்கப்படுவதை விளக்கும் பல்வேறு கதைகள் உள்ளன. சர்ப்ப யாகம்[21] இடம் பெறுகிறது. துவாரகை போன்ற நகரங்கள் இருக்கின்றன. தெற்கிலும் கிழக்கிலும் இருந்த மன்னர்கள் இடம் பெறுகிறார்கள். இதையெல்லாம் பார்க்கும்போது குதிரைகள் இழுத்துச் செல்லும் தேர்களை ஓட்டும் ஆயர் குல மக்களுடன் தொடர்பு ஏற்பட்ட காலம், வேளாண் தொழிலை மையமாகக் கொண்ட, நகரங்களைக் கட்டமைத்த இந்தியர்களின் காலம் ஆகியவற்றிலிருந்து, பாரதக் கதையை ஆசிரமங்களில் ஓதும் வழக்கம் உருவான காலம்வரையிலும் கடந்த காலத்தை முழுமையாகத் தன்னுள் பொழிந்துகொள்ள மகாபாரதம் முயன்றது என்று சொல்லலாம். தேரோட்டிய வேதகால மக்களிலிருந்து பாரதக் கதையைச் சொல்லும் பிற்கால 'வரலாற்றாசிரியர்கள்'வரை

---

20. அதே நூல் p. 456.

21. சர்ப்ப யாகம் (நாக வேள்வி) மகாபாரதக் கதையின் முக்கியமான கூறுகளில் ஒன்று. இது கதையின் தொடக்கத்தில் நடக்கிறது.

அனைவருடைய அடையாளங்களும் மகாபாரதக் கதையின் மாபெரும் தொகுப்பில் பதிந்துள்ளன.

மகாபாரதக் கதை முடியும் இடம் தொடக்கப் புள்ளிக்கே நம்மை மீண்டும் இட்டுச் செல்கிறது. இரண்டு புள்ளிகளுக்கும் நடுவில் பல நூற்றாண்டுகள், ஆயிரம் ஆண்டுகள்கூட இருக்கலாம். மகாபாரதம் எந்த அளவிற்கு வரலாற்று நினைவுகளைத் தன்னுள் பொதிந்துவைத்திருக்கிறது என்பதைச் சுட்டும் குறிப்பிடத்தக்க அம்சமாக இது உள்ளது. டேவிட் அந்தோணி ஸ்ருப்னயா என்னும் இடத்தில் அகழாய்வு செய்திருக்கிறார். புரோட்டோ–இந்தோ–இரானிய மொழி புழக்கத்தில் இருந்த அந்தக் காலத்தில் மழைக்காலத்திற்கு மத்தியில் சங்கராந்தி சடங்கு நடைபெற்றுவந்ததை அவர் கண்டறிந்திருக்கிறார். அங்கு பலியிடும் இடம் ஒன்றில் காணப்பட்ட எலும்புகளில் 40 சதவீதம் நாய்களுடைய எலும்புகள். மழைக்கால சங்கராந்தி சடங்கு என்பது அந்தக் காலத்தில் இளைய வயதுடையவரைப் போர் வீரராக மாற்றும் செயல்பாட்டுடன் தொடர்புடையது. ‘நாய் அல்லது ஓநாய் முதன்மையான குறியீடாக இருந்தது. நாய் மரணத்தைப் பிரதிநிதித்துவப்படுத்தியது. பல நாய்கள் அல்லது பல தலைகள் கொண்ட நாய் மரணத்திற்குப் பிந்தைய உலகின் வாயிலைக் காவல் காத்தன.’[22] கிட்டத்தட்ட 38 நூற்றாண்டுகளுக்கு முந்தைய இந்தக் குறியீடு அனேகமாக ஆயிரம் ஆண்டுகளுக்குப் பிறகு மகாபாரதத்தில் இடம்பெறுகிறது. யுதிஷ்டிரன் என அழைக்கப்படும் தர்மராஜன் தன்னுடன் வரும் ஒரு நாயுடன் யமனின் உலகிற்குச் செல்கிறார். மறு உலகின் வாசலுக்கு அதைத் தாண்டியும் வருவதற்கு நாயும் அனுமதிக்கப்படுகிறது. யம்னயா நாகரிகத்தின் காலத்திற்கும் பாரதக் கதை இயற்றப் பட்ட காலத்திற்கும் இடைப்பட்ட காலத்தில் மரணம், இறுதிச் சடங்குகள் ஆகியவை குறித்த தத்துவார்த்தமான புரிதல்கள் குறிப்பிடத்தக்க அளவில் மாறிவிட்டன. ஆனால், இறந்தவர்களை நினைவுகூர்தல் என்னும் பண்பாடு மாறவில்லை. வரலாற்றையும் கடந்த காலத்தையும் புராணத்தின் மொழியில் கூறுவதும் புராணத்தை மக்களின் கடந்த காலத்தின் உயிரோட்டமுள்ள பகுதிபோலக் கையாள்வதும் அந்த நிகழ்வுகளைத் சமகாலத்திலிருந்து விலக்கிவைத்தாலும் வரலாற்றை எழுதும் செயல்முறையின் பகுதிகளாக அவை தொடர்புகொண்டிருக்கின்றன.

பாரதம் என்னும் நூல் மகத்தான நினைவுகூரல். இதிலுள்ள நூற்றுக்கணக்கான கதைகள், பாத்திரங்கள்,

22. Anthony, *The Horse, the Wheel, and Language*, p. 411.

நிகழ்வுகள், நம்பிக்கைகள், மனநிலைகள் ஆகியவற்றைத் தொகுத்தளித்தவர் வியாசர் அல்லது கிருஷ்ண துவைபாயனர் என நம்பப்படுகிறது. தான் கண்ட கடந்த காலத்தை மீண்டும் கட்டமைக்க வேண்டும் என இந்தக் கவிஞர் எப்போது தீர்மானித்தார்? ஏன்? ஒற்றை இழை கொண்ட கதையில் பல்வேறு பகுதிகளை அவர் எப்படிச் சேர்த்தார்? இவை மிகவும் புதிரான கேள்விகள். இவற்றுக்குப் பதிலளிப்பது அறிவார்த்த மான சாகசமாக அமையக்கூடும். இவற்றுக்கு விடைகாண முயல்வதற்கு முன்பு இதன் தோற்றுவாய்க்கு மீண்டும் செல்ல விரும்புகிறேன். மானுட இனம் சார்ந்த ஆய்வின் இந்தப் பகுதியை எச்சரிக்கையுடன் கையாளாவிட்டால் சமூகரீதியில் விபரீதமான முடிவுகளுக்கு இட்டுச் செல்லக்கூடிய விதத்தில் மிக எளிதாக இதைத் தவறாகப் பயன்படுத்த முடியும்.

இந்திய மக்களைப் பற்றி ஆய்வு செய்கையில் இந்தியாவில் பல 'வம்சங்கள்' இருப்பதையும் இந்த வம்சங்கள் தனிப்பட்ட வாழ்வில் அகமண முறையைப் பின்பற்றினாலும் பொருளாதார நடவடிக்கையில் பிறருடன் தொடர்புகொள்கின்றன என்பதையும் ரீச் கவனித்தார். இந்தப் பிரிவுகளில் சிலவற்றின் தோற்றுவாயை ஆய்வு செய்யும்போது, அவர்களுடைய கறாரான திருமண விதிகளின் காரணமாக அவர்களுடைய மரபு வரலாற்றைக் கண்டறிவது அவருக்கு ஒப்பீட்டளவில் எளிதாக இருந்திருக்கிறது. அந்தப் பிரிவினரை அவர் 'மக்கள் தொகையின் குறுகிய பகுதி' எனக் குறிப்பிட்டார். நெடுங்கால மாகத் தங்கள் குடும்ப அடையாளத்தைத் தக்கவைத்துக் கொண்டிருக்கும் குடும்பத்தில் பிறந்தவர்களைக் குறிப்பிட மானுடவியலாளர்களும் மொழியியலாளர்களும் பயன்படுத்தும் சொல் இது. அப்படிக் கண்டறியப்பட்டு நவீன ஆய்வுக்கூடச் சோதனைகளின் மூலம் ஆய்வு செய்யப்பட்ட சமூகங்களில் ஒன்று வியாசர் சமூகம். ரீச் இப்படி எழுதுகிறார்:

> நாங்கள் கண்டறிந்த மிகவும் முக்கியமானவற்றில் ஒன்று தென்னிந்தியாவின் ஆந்திரப் பிரதேசத்தில் வியாசர் என்னும் சமூகம். சுமார் 50 லட்சம் மக்கள் தொகை கொண்ட இந்தச் சமூகத்தின் தொடக்கம் இரண்டாயிரம் முதல் மூவாயிரம் ஆண்டுகளுக்கு முந்தையதாக இருக்கலாம் என்பதை (ஒரே சமூகத்தைச் சேர்ந்த தனிநபர்கள் கொண்டிருக்கும் பொதுவான பிரிவுகளின் அளவைக்கொண்டு) கண்டறிந்தோம்.

> வியாசர் சமூகத்தின் மூதாதையர்கள் குறித்து அறிய வந்த தகவல்கள் அதிர்ச்சியளித்தன. சிறு மக்கள்தொகைக் குழுவாக உருப்பெற்ற பிறகு வியாசர் சமூகத்தினர்

அகமண முறையைக் கறாராகக் கடைப்பிடித்தார்கள். ஆயிரக்கணக்கான ஆண்டுகளில் வேறு மரபணுவின் கலப்பு எதுவும் நிகழ அவர்கள் அனுமதிக்கவில்லை. ஒரு தலைமுறைக்கு ஒரு சதவீதம் என்ற சராசரி விகிதத்தில் கலப்பு நிகழ்ந்திருந்தாலும் இந்த மக்கள் தொகைக் குழுவின் மரபணுக் குறிப்பான்கள் அழிந்து போயிருக்கும். வியாசர் சமூகத்தின் மூதாதையர்கள் புவியியல்ரீதியாகத் தனித்து வாழவில்லை. அடர்த்தியான மக்கள்தொகை கொண்டிருந்த இந்தியாவில் பிறக் குழுக்களுடன் அவர்கள் கலந்து பழகிவந்தார்கள். பிற குழுக்களுடன் நெருக்கமாக இருந்தாலும் அகமண முறையின் விதிகள் கறாராக இருந்ததால் சமூகரீதியாக அவர்கள் தனிமைப்பட்டிருந்தார்கள்...[23]

அகமணமுறை, பரம்பரையின் தூய்மை ஆகியவை குறித்துப் பகவத் கீதையின் முதல் அத்தியாயம் துணிச்சலாகப் பேசுகிறது. இது மகாபாரதத்தின் முக்கியமான பகுதியாகவே பார்க்கப்படுகிறது.

குலக்ஷயே ப்ரணஸ்^{2}யந்தி குலத^{4}ர்மா: ஸநாதநா:|

த^{4}ர்மே நஷ்டே குலம் க்ருத்ஸ்நமத^{4}ர்மோ஽பி^{4}ப^{4}வத்யுத ||1–40||

பொருள்: குல நாசத்தால் என்றுமுள்ள குலதர்மங்கள் அழிகின்றன. தர்மம் அழிவதனால் குல முழுதையும் அதர்மம் சூழ்கிறதல்லவா?[24]

கடந்த 300 ஆண்டுகளாகக் கறாரான அகமண முறையின் மூலம் தங்கள் மரபணு அடையாளத்தைக் காப்பாற்றி வந்திருக்கும் தென்னிந்திய வியாசர் சமூகத்திற்கும் மகாபாரதத்தை இயற்றியவர் என ஒப்புக்கொள்ளப்படும் கிருஷ்ண துவைபாயனர் என்னும் வியாசருக்கும் இடையே ஏதேனும் தொடர்பு உள்ளதா என்பதை அறிய முயல்வது அர்த்தமற்ற முயற்சியாக இருக்கக்கூடும்.

கீதையின் தொடக்கத்தில் குலநாசத்திற்கும் குலத் தூய்மை கெட்டுப்போவதற்கும் எதிராக அர்ஜுனன் முன்வைக்கும் வலுவான கருத்துக்கள் கதாசிரியரின் அல்லது அவரைப்போன்ற ஒருவரின் கருத்துக்களா என்று கேட்பதும் பயனற்றதுதான். இதை உறுதிப்படுத்திக்கொள்ள எந்தத் தடயமும் இல்லை. ஒருபோதும் அது கிடைக்கப்போவதும் இல்லை. எனினும் மகாபாரதத்தை இயற்றிய கவிஞர் மகாபாரதத்தில் வரும்

---

23. Reich, *Who We Are and How We Got Here*, p. 144.

24. பகவத் கீதை முதல் இயல், 40ஆவது சுலோகம், தமிழாக்கம்: பாரதியார்

ஆசிரியர்களைப் போன்ற பிராமணரோ அல்லது க்ஷத்திரியப் போர் வீரர்களைப் போன்றவரோ அல்லர்; அவர் 'இடைநிலை சாதி'யைச் சேர்ந்தவர் என்று சொல்வது தவறாக இருக்காது. ஆதிபர்வத்தின் 62ஆவது சர்க்கம் இவ்வாறு கூறுகிறது:

> பரத வம்சத்து இளவரசர்களின் மேன்மையான பிறப்பின் வரலாறுதான் மகாபாரதம். இந்தப் பெயரின் மூலப்பொருளை அறிந்தவர் அனைத்துப் பாவங்களி லிருந்தும் விடுபட்டவராகிறார். பரத குலத்தின் இந்த வரலாறு அற்புதமானது. இதை வாசிக்கும் மனிதர்களும் பாவங்களிலிருந்து விடுபடுகிறார்கள். ரிஷி கிருஷ்ண துவைபாயனர் இந்தப் படைப்பை மூன்று ஆண்டுகளில் எழுதி முடித்தார். தினமும் காலையில் எழுந்து தன்னைத் தூய்மைப்படுத்திக்கொண்டு, புனிதக் கடமைகளைச் செய்து முடித்துவிட்டு மகாபாரதத்தை இயற்றினார். எனவே பிராமணர்கள் இதைச் சங்கற்பத்தோடு கேட்க வேண்டும். பிறர் கேட்பதற்காக இந்தப் புனித நூலை வாசிப்பவரும் இதைக் கேட்பவர்களும் எத்தகைய நிலையில் இருந்தாலும் நல்வினை, தீவினைகளின் விளைவுகளால் ஒருபோதும் பாதிக்கப்பட மாட்டார்கள். நற்பண்புகளைப் பெற விரும்பும் ஒருவர் இதைக் கேட்க வேண்டும். இது எல்லா வரலாறுகளுக்கும் சமமானது...[25]

மகாபாரதம் என்னும் 'மாபெரும் நினைவுத் தொகுப்பு' உணர்ச்சிகளால் பாதிக்கப்படாத ஸ்திதப்பிரக்ஞனாக இருக்கும் ஒரு சாட்சியின் கண்ணோட்டத்திலிருந்து வரலாற்றைக் கட்டமைப்பது என்று சொல்லலாம். இந்த சாட்சியானவர் போர் வீரர்களின் சாகசத்தைக் கண்டு வியப்பதில்லை. வேளாண் சமூகத்தைச் சேர்ந்த அரசர்கள் மகத்தான நகரத்தை உருவாக்குவது கண்டு மெய்சிலிர்ப்பதில்லை. இந்தக் கருதுகோள் மகாபாரதம் குறித்த மாறுபட்ட பார்வையை வழங்குகிறது. ஹரப்பா நாகரிகத்தின் காலத்திற்கும் கவுதம புத்தர் காலத்திற்கும் இடைப்பட்ட காலத்தில் இந்திய மக்களிடையே ஏற்பட்ட மாற்றங்கள் குறித்த பயனுள்ள ஆழ்ந்த பார்வைகளையும் வழங்குகிறது. நம்முடைய காலத்திற்கு முந்தைய 44 நூற்றாண்டுகளிலிருந்து 25 நூற்றாண்டுகள் வரையிலுமான காலகட்டம் இது. வியாசரின் நடையைப் பற்றிச் சொல்லும்போது அரவிந்தர், "வியாசரின் கலை, நான் முன்பே சொன்னதுபோல, விருப்பு வெறுப்பற்ற 'நிஷ்காம' வகையைச் சேர்ந்தது. அவர் எதையும் உன்னதப்படுத்தவோ

25. மகாபாரதம், ஆதிபருவம்

அழகுபடுத்தவோ எழுதவில்லை. அவருக்குச் சொல்லக் குறிப்பிட்ட சில நிகழ்வுகள் இருக்கின்றன. அவர் மனதில் இவை குறித்த சித்திரம் இருக்கிறது. தன்னுடைய கோட்பாட்டிற்கு நியாயம் செய்யக்கூடிய வெளிப்பாட்டினைக் கண்டறிவதுதான் அவருடைய வேலை."[26]

தன் இயல்பான சாத்தியப்பாடுகளாலும் புதிய நாகரிகம் அல்லது யுகத்தின் தொடக்கத்தில் உருப்பெறும் தன்மையாலும் காவியங்கள் 'தமது காலத்தில் இயல்பாக உருப்பெறும் தத்துவத்தின்'[27] கூற்றாகப் பார்க்கப்படுகின்றன. வேதங்களிலும் உபநிடதங்களிலும் உள்ள கருத்தாக்கங்கள் மகாபாரதத்தில் தாராளமாக விரவியிருந்தாலும் வேதத்தில் இல்லாத தத்துவத்தை மகாபாரதம் கொண்டிருப்பதாகத் தெரிகிறது. இப்படிச் சொல்வதை யாரும் தவறாகப் புரிந்துகொள்ளக் கூடாது என்பதால் அதை விளக்குகிறேன். பல்வேறு காவியங்களும் தம்முடைய காலத்தின் தத்துவத்தை வெளிப்படுத்த இரண்டு மாபெரும் இலக்கிய உத்திகளைப் பயன்படுத்தியிருக்கின்றன. ஒன்று, இயற்கைக்கு மீறிய இருப்பைப் பயன்படுத்துவது. இரண்டு, தத்துவ நிலைப்பாடுகளையும் இருத்தலியல் தேர்வுகளையும் மதிப்பிடும் விரிவான விவாதங்கள். முதலாவது உத்தி புராணக் கூறுகளை உருவாக்குவதன் மூலமும் இரண்டாவது போர்க்களங்களை அமைப்பதன் மூலமும் செயல்படுத்தப்படுகின்றன. உடலுக்கு எலும்புகள்போல மகாபாரதத்திற்குப் புராணங்கள். மகாபாரதமே புராணங்களைப் பற்றியதுதான் என்று வாசகர்கள் கருதும் அளவிற்குப் புராணங்களின் இருப்பு கதையின் போக்கிற்கு ஆதாரமாக உள்ளது. போர் குறித்த விவாதங்களும் அசரீரி வாக்குகளும் மகாபாரதத்தில் ஏராளமாக உள்ளன. பகவத் கீதை என அறியப்படும் பகுதிதான் அவற்றில் மிக முக்கியமான போர் விவாதம்! புராணங்கள், போர் பற்றிய விவாதங்கள் ஆகிய இரண்டையும் அலசுவது மகாபாரதம் சித்தரிக்கும் காலத்தின் தத்துவத்தைப் பற்றிய மேலான பார்வையைத் தரும். முதலில் போர் பற்றிய முதன்மையான விவாதத்தை அலசிவிட்டுப் பிறகு புராணக் கூறுகள், இயற்கைக்கு அப்பாற்பட்ட இருப்பு ஆகியவற்றை எடுத்துக்கொள்வோம்.

மாபெரும் போரைப் பற்றிய விவாதமான பகவத் கீதை பீஷ்ம பருவத்தில் இடம்பெற்றுள்ளது. மிக அற்புதமான பிரதி இது. பீஷ்ம பருவம் என்பது போரின் முதல் பகுதியைச்

26. Aurobindo, *The Mahabharata*, p. 42.

27. E. M. W. Tillyard, *The English Epic and Its Background* New York: Barnes & Noble, 1966, p. 113.

சொல்வது. இதன் நாற்பது பகுதிகளில் பதினெட்டு பகுதிகள் அர்ஜுனனுக்கும் கிருஷ்ணனுக்கும் இடையிலான விவாதத்தைச் சொல்கின்றன. இதில் கிருஷ்ணரே அதிக இடத்தை எடுத்துக் கொள்கிறார். இந்தப் பதினெட்டுப் பகுதிகளும் கீதையின் பதினெட்டு இயல்களாக அறியப்படுகின்றன. பதினெட்டு என்ற எண்ணுக்கும் மகாபாரதத்திற்கும் இடையே உள்ள உறவை அலட்சியப்படுத்திவிட முடியாது. மகாபாரதத்தில் மொத்தம் பதினெட்டுப் பருவங்கள். போர் பதினெட்டு நாட்கள் நடக்கின்றன. போர் தொடர்பான விவாதம் பதினெட்டுப் பகுதிகளாக உள்ளன. கீதை, மூல மகாபாரதத்தைச் சேர்ந்ததா இல்லையா என்பது குறித்து முடிவு காணப்படாத விவாதம் உள்ளது. பின்னாளில் யாரோ, எப்போதோ இதை மகாபாரதத்தில் பிசிறு தட்டாமல் இணைத்திருக்கலாம்; மகாபாரதத்தின் இயல்பை வரையறுக்கும் பகுதியாகக் கீதையை அமைக்கும் நோக்கத்துடன்தான் பதினெட்டுப் பருவங்கள் கொண்ட காவியத்தில் பதினெட்டு இயல்கள் கொண்ட கீதையை இணைத்திருக்கிறார்கள் என்பதில் ஐயமில்லை.

வரலாற்று ஆராய்ச்சியில் அதிகம் ஈடுபடாமல் பகவத் கீதையின் மொழியைப் பற்றிச் சில விஷயங்களை அறிந்து கொள்வது நமக்குப் பயனளிக்கும். கீதையில் பயன்படுத்தப் பட்டுள்ள மொழி பாணினிக்குப் பிந்தைய காலத்தைச் சேர்ந்தது. பாணினிக்கு முன்பு சமஸ்கிருதத்தில் எதிர்மறைப் பொருளைக் குறிக்க ‘மா’ என்னும் சொல் பயன்பட்டது. பாணினிக்குப் பிறகு இது ‘ந’ என்பதாக மாறியது. துயரத்தில் மூழ்கிவிட வேண்டாம் என்று அர்ஜுனனைக் கிருஷ்ணன் கேட்டுக்கொள்ளும் போது (க்லைப்யம் மா ஸ்ம கம பார்த்த) இந்த உடல் அழிந்தாலும் நெருப்பு, நீர், காற்று ஆகிய பூதங்களால் ஆன்மாவை அழிக்க முடியாது என்று உறுதி கூறுகிறார். நைனம் சந்தந்தி சஸ்த்ராணி, நைனம்தஹதி பாவகாஹ; ந சைனம் க்லேதயந்தபோ, ந ஷோஷயதி மருதாஹ.[28] கீதை எப்போது இயற்றப்பட்டது, எப்போது மகாபாரதத்தில் சேர்க்கப்பட்டது என்பது குறித்த நிச்சயமின்மை மகாபாரதம் எப்போது எழுதப் பட்டது என்பது குறித்த நிச்சயமின்மைக்கு இணையானது. இதை நாம் பிறகு விவாதிப்போம். இந்துக் கடவுளர்களின் வரிசையில் கிருஷ்ணன் தாமதமாகவே வந்து சேர்ந்தார் என்பதைக் கருத்தில் கொள்வது முக்கியமானது. வேதக் கடவுளர்களின் வரிசையில் அவர் இல்லை. சூரியன், இந்திரன், வருணன், அக்னி ஆகிய தெய்வங்களைப் பற்றியே வேதங்கள் பேசுகின்றன. தரிசனங்கள் எனப்படும் இந்தியத் தத்துவ

28. பகவத் கீதை 2–23

இயலின் பிரிவுகளும் பெரிய விவாதம் எதிலும் கிருஷ்ணரைக் குறிப்பிடவில்லை.

இன்றைக்குப் பதினோரு நூற்றாண்டுகளுக்கு முன்பு, முதல் ஆயிரமாண்டு முடியும் தறுவாயில் ஆதிசங்கரர் 'கீதா பாஷ்யம்' என்ற பெயரில் பகவத் கீதைக்குப் பெரிதாக ஓர் உரையை எழுதினார். அதன் பிறகு, கடந்த ஆயிரம் ஆண்டு களில் மத்தியகாலச் சமூகப் பிரிவினரிடையே கிருஷ்ணன் முக்கியமான இடத்தைப் பெற்றார். விக்கிரகங்கள், நாடகங்கள், நடனம், ஓவியம், இசை, இலக்கியம் ஆகியவற்றில் இதன் பிரதிபலிப்பைக் காணலாம். ஜெயதேவர் போன்ற கவிகள் கிருஷ்ணரின் வாழ்வைச் சொல்லும் அழகான கவிதைகள் கொண்ட கீத கோவிந்தம் போன்ற படைப்புகளை உருவாக்கி யிருக்கிறார்கள். கிருஷ்ணருடன் தொடர்புகொண்ட சமயச் சடங்குகள் உருவாயின. பெரும் மக்கள் திரளால் கொண்டாடப்படும் நிகழ்வுகளாக இவை உருப்பெற்றன. ஹோலிப் பண்டிகையின்போதும் நவராத்திரியின்போதும் கொண்டாடப்படும் ராச நடனம் போன்றவற்றின் மையமாகக் கிருஷ்ணர் இருக்கிறார். மீரா என்னும் மகத்தான கவிஞர் கிருஷ்ணரைப் பற்றிக் காலத்தால் அழியாத கவிதைகளைப் படைத்திருக்கிறார். கீதையின் மீதான ஈடுபாடு 20ஆம் நூற்றாண்டில் உச்சத்தை எட்டியது. சமூக, பண்பாட்டு, ஆன்மிகத் தளங்களில் இருந்த தலைவர்கள் பலரும் கீதையின்பால் ஈர்க்கப்பட்டார்கள். அதுபற்றி எழுதினார்கள், மொழிபெயர்த்தார்கள், உரை எழுதினார்கள். சுவாமி விவேகானந்தர், லோகமான்ய திலகர், அரவிந்தர், மகாத்மா காந்தி, வினோபா பாவே, சர்வபள்ளி ராதாகிருஷ்ணன், சுப்ரமணிய பாரதியார் ஆகியோர் இதில் அடக்கம். நவீன இந்தியாவில் கீதை சிறப்பு அந்தஸ்தைப் பெற்றது. நீதிமன்றங்களில் சத்தியப் பிரமாணம் செய்வதற்கான நூலாக இது சட்டபூர்வ மான மதிப்பைப் பெற்றது.

பண்டைய இந்தியாவில் மகாபாரதம் வாய்மொழிக் காவியமாகவே உருப்பெற்றது என்பதைப் பார்த்தோம். மகாபாரதத்தின் வரலாற்றுப் பயணத்தில் ஏதோ ஒரு கட்டத்தில் அதனுடன் இணைந்துகொண்ட கீதை மகாபாரதத்தைப் பிரதிநிதித்துவப்படுத்தும் பிரதியாக ஆனது. இந்து என்று அதிகாரபூர்வமாகத் தம்மை அடையாளப் படுத்திக்கொள்பவர்களுக்கான எழுத்துப் பிரதியாக அது ஏற்றுக்கொள்ளப்பட்டது.

கிருஷ்ணரின் கீதை மகாபாரதத்தின் மூல வடிவின் ஒரு பகுதியாக இருந்ததா என்பதைச் சொல்வது எவ்வளவு

கடினமோ அதே அளவுக்கு மகாபாரதத்தின் பகுதியாக இருந்ததால்தான் இரண்டாவது ஆயிரம் ஆண்டுகளில் கீதையின் மீதான மாபெரும் பக்தி உருவானதா என்பதைச் சொல்வதும் கடினம். கீதை மகாபாரதத்தின் பகுதியாக இருந்ததால்தான் இந்த இதிகாசத்தின் புகழ் இன்றுவரை மங்காமல் இருக்கிறதா என்பதைச் சொல்வதும் கடினம். ஒன்று மட்டும் நிச்சயம். மகாபாரதம் வாசகர்களிடம் எழுப்ப விழையும் உணர்வும் கீதையின் சாரமும் (பற்றற்ற நிலை, செயலில் ஈடுபாடுகொள்ளாத சாட்சியாக இருத்தல், எதற்கும் கலங்காத ஸ்திதப்ரக்ஞை கொண்டிருத்தல்) ஒன்றுதான் என்பதில் எந்த ஐயமும் இல்லை.

கடந்த 20 நூற்றாண்டுகளுக்கும் மேல் இந்த இதிகாசம் தொடர்ந்து கவனம் பெற்றுவருகிறது. எனினும் பதினோராவது நூற்றாண்டின் அறிஞரும் தத்துவவாதியுமான அபிநவ குப்தர் எழுதியதுதான் இந்தப் படைப்பைப் பற்றியும் அதன் கவித்துவத் தாக்கம் பற்றியும் எழுதப்பட்ட ஆகத் துல்லியமான வர்ணனை எனக் கருதுகிறேன். மகாபாரதம் பற்றியும் கீதையைப் பற்றியும் விரிவாக எழுதிய இவர் மகாபாரதம் தன் ரசிகர்களிடம் எழுப்பும் ரசத்தை (கவித்துவ உணர்வு) 'சாந்தம்' எனக் குறிப்பிடலாம் என்கிறார். ரசம் (உணர்ச்சி) என்னும் கோட்பாட்டை அபிநவ குப்தருக்கு ஆயிரம் ஆண்டுகளுக்கு முன்பே வகுத்தளித்த பரதர் சிருங்காரம், வீரம் என எட்டு வகையான ரசங்களை வகைப்படுத்தியிருந்தார். ஆனால் அவர் சாந்தம் என்னும் ரசத்தைக் குறிப்பிடவில்லை. அபிநவ குப்தர் இந்தச் சொல்லை உருவாக்கி இந்தக் கோட்பாட்டை முன்வைத்து அதை மகாபாரதத்தின் மீது பொருத்தினார். சாந்தம் என்பதை அபிநவ குப்தர் இப்படி விளக்குகிறார்:

> சாந்தம் எல்லா ரசங்களுக்கும் பொதுவானது என்பதால் இதர ரசங்களுக்குச் செய்வதுபோல அதற்குப் பொருத்த மான நிறத்தையோ கடவுளையோ குறிப்பிடுவது முறையல்ல. பிற ரசங்கள் யாரோ ஒருவரால் கண்டுபிடிக்கப்பட்டவை. எனவே சாந்தத்தின் இயல்பு வெளிப்படுகிறது. அதன் உண்மையான இயல்பு ஹாஸ்யம். வீரமும் பீபத்ஸமும் அதை நோக்கி வரத் தலைப்படுகின்றன. எனவே சாந்தத்தில் யமம், நியமம், கடவுளைக் குறித்த தியானம் முதலான வற்றைப் பயிற்சி செய்வது அறிவுறுத்தப்படுகிறது. சாந்தத்தைப் பொறுத்தவரை உலக இன்பங்களைத் துய்ப்பதைத் தவிர்ப்பதால் இது மகத்தான பலனை (மோட்சம்) நோக்கி இட்டுச்செல்கிறது; இது இதர ரசங்களைக் காட்டிலும் முக்கியத்துவம் வாய்ந்தது; ஒட்டுமொத்தக் கதையின் மீதும் படர்ந்திருக்கிறது. எனவே மேலும்

விரிவுகொள்வதற்கு ஏற்றதாக உள்ளது என்று சொல்வதற்கான நியாயம் இருக்கிறது.

இதன் உண்மையான சுவையின் இயல்பு என்ன? ஆன்மாவின் இயல்பு உத்சாகம், ரதி போன்றவற்றால் தூண்டப்படுகிறது. இவை தமது பிரத்யேகமான தன்மைகளை இதற்கு அளிக்கும் திறன் கொண்டவை. அதிக இழைகள் அற்றதொரு நகையின் இடைவெளிகளினூடே ஒளிரும் வெண்ணிற இழை போன்றது இது. அன்பு முதலான பல்வேறு உணர்ச்சிகள் தமது இயல்புகளை இதற்குக் கொடுக்கக்கூடிய திறன் கொண்டவை என்பதால் இவை அனைத்தும் இதன்மேல் பொருந்தியிருக்கின்றன. இவற்றினூடே இது பிரகாசிக்கிறது. இந்த ஆத்மன் ஒளிரும்போது இது சாஸ்வதமாக ஒளிர்வதாக நீதி நூல்கள் கூறுகின்றன. ஆத்மனிலிருந்து விலகிச் செல்வதால் ஏற்படும் அனைத்துத் துயரங்களிலிருந்தும் இது விடுபட்டு நிற்கிறது. உன்னதமான பேரின்பத்தை எய்தும் பிரக்ஞைக்கு நிகரானது இது. கவிதையிலும் நாடகத்திலும் பொதுமைப்படுத்தும் செயல்முறையின் மூலம் இது தனது விளைவைப் பெறுகிறது. தனித்துவமான சுயபரிசோதனையைத் தூண்டி, நுண்ணுணர்வு கொண்ட ரசிகரின் இதயத்தை மறுமையின்பத்தைப் பெறும் பாத்திரமாக ஆக்குகிறது.[29]

மகாபாரதம் முன்னிறுத்த விரும்பும் உள்ளார்ந்த தத்துவம் என்பது சாந்தம் என்ற தத்துவம். எதற்கும் நிலை கலங்காத ஸ்தித பிரக்ஞனாக வாழும் தத்துவம். வேதகாலத்தின் தொடக்கம் முதல் வரலாற்றுக் காலத்தின் தொடக்கம் வரையிலான (கௌதம புத்தரின் காலத்துக்கு ஓரளவு நெருக்கமான காலகட்டம்) புராதன இந்தியாவின் சமூக அமைப்பைக் கூறும் விருப்பம் மகாபாரதம் உருவாகக் காரணமாக இருந்திருந்தால் மாபெரும் அழிவை ஏற்படுத்திய போரைச் சித்தரிப்பது இந்த இதிகாசத்தின் கருப்பொருளாக இருந்திருந்தால், மகத்தான உடல் வலிமையும் மன வலிமையும் கொண்ட அரசர்களும் இளவரசர்களும் உயிரிழந்த சோகம் இதன் கதை முழுவதும் பரவியிருக்கிறது என்றால், வாசகர்களிடத்தில் வலுவான பற்றின்மையை ஏற்படுத்துவதுதான் இந்தக் காவியத்தின் நோக்கமாக இருக்க முடியும். இந்தப் பற்றின்மை என்பது உணர்ச்சியின்றி ஒதுங்கி நிற்பதல்ல; நடந்தவற்றை அப்படியே

---

29 Abhinavagupta, *Abhinavabhārati*, J. L. Masson and M. V. Patwardhan (trans.), Delhi: Motilal Banarasidass, 1971, pp. 239–40.

ஏற்றுக்கொள்ளும் ஒரு துறவியின் மனநிலை. 'இதிகாசம்' என்னும் சமஸ்கிருதச் சொல்லின் பொருளே (இப்படி நடந்தது) இந்தத் தத்துவார்த்தமான விலகலைப் பொருத்தமாக விளக்கி விடுகிறது. மகாபாரதம் கிரேக்க துன்பியல் படைப்புகளைப்போல ரசிகர்களின் உணர்ச்சிகளைத் தூய்மைப்படுத்துவது மகாபாரதத்தின் நோக்கம் அல்ல. கிரேக்கக் காவியங்களுக்கும் மகாபாரதத்திற்கும் பொதுவான கூறுகள் பல இருந்தாலும் நாயகன் அல்லது நாயகர்கள் மீதான மகத்தான பிரமிப்பை உருவாக்குவது மகாபாரதத்தின் நோக்கமல்ல. குறிப்பிடத்தக்க இலக்கிய விமர்சகரும் கவிஞரும் நாடக ஆசிரியருமான ராஜசேகரர் சுமார் பதினோரு நூற்றாண்டுகளுக்கு முன்பு காலத்தால் அழியாத அறிவுரை ஒன்றை அளித்துச் சென்றிருக் கிறார். ஒருவர் ராமாயணத்தைப் பற்றிப் பேசும்போது ஒரு நாயகனைப் பற்றிப் பேசுகிறார். மகாபாரதத்தைப் பற்றிப் பேசும்போது 'பல நாயகர்க'ளைப்[30] பற்றிப் பேசுகிறார். 'சாந்த ரசம்', 'பல நாயகர்கள்' ஆகிய நான்கு சொற்கள் மகாபாரதம் என்னவாக இருந்துவருகிறது என்பதன் மையத்தை நோக்கி நம்மை அழைத்துச் செல்கின்றன.

முடிவற்ற கதை

ஓர் இலக்கியப் படைப்பின் கட்டமைப்பின் ஒருமையை விவரிக்க, அந்தப் படைப்பில் தொடக்கத்திலிருந்து முடிவுவரை தொடர்ந்து வரும் கூறுகளையும் கதையின் முக்கியமான பகுதிகளின் செயல்களிலும் கதையாடல்களிலும் இடம்பெறும் கூறுகளையும் குறிப்பிடுவது வழக்கம். அந்தப் படைப்பு காவியமாகவோ துன்பியல் படைப்பாகவோ இருந்தால் கதை முழுவதிலும் பரவி நிற்கும் நாயகப் பாத்திரத்தை, கதையிலும் அதன் செயல்பாடுகளிலும் ஆதிக்கம் செலுத்தும் ஒரு பாத்திரத்தை வைத்தும் படைப்பின் ஒருமையை வரையறுக்கலாம். மகாபாரதத்தைப் பொறுத்தவரை யார் அதன் மையப் பாத்திரம் என்று சொல்வது கடினம். அர்ஜுனன், கர்ணன், கிருஷ்ணன், பீஷ்மர், குந்தி, திரௌபதி ஆகியவர் களில் யாரேனும் ஒருவரை மையப் பாத்திரமாக முன்னிறுத்த முயலும் எண்ணற்ற ஆய்வு நூல்களும் மகாபாரதத்தை அடிப்படையாகக் கொண்ட கவிதை, புனைவு நூல்களும் இந்திய மொழிகள், ஆங்கிலம் உள்ளிட்ட இதர மொழிகளில் வந்திருக்கின்றன. அந்த நூல்களைப் பட்டியலிட்டால் அதுவே ஒரு நூல் அளவிற்கு இருக்கும். இத்தகைய சித்தரிப்புகளை

30. G. N. Devy, Of *Many Heroes*: *An Indian Essay on Literary Historiography*, Delhi: Orient Blackswan, 1998, p. 17

மகாபாரதத்தின் கட்டமைப்போடு பொருத்திப்பார்த்தால் புறக்கணிக்க முடியாத சிரமங்களும் விதிவிலக்குகளும் இருப்பதாகத் தெரிகிறது.

தொடக்கக் கட்டத்திலிருந்தே கதையில் இடம்பெறும் பீஷ்மர் கடைசிவரை கதையில் இல்லை. கதையின் பெரும் பகுதியில் வரும் கர்ணனும் கிருஷ்ணனும் கடைசிவரை வர வில்லை. திரௌபதியை மையப் பாத்திரமாகக் கூறுவதில் கூடுதலாகப் பொருள் இருப்பதாகத் தோன்றுகிறது. கதையின் முக்கியமான திருப்புமுனைகளில் அவள் இருக்கிறாள். கிட்டத்தட்டக் கதையின் முடிவுவரை வருகிறாள். ஆனால் ராமாயணத்தில் சீதை எவ்வளவு முக்கியமோ அந்த அளவிற்குத்தான் மகாபாரதத்தில் திரௌபதி முக்கியம். திரௌபதியின் வேதனைதான் போருக்குக் காரணம் என்றாலும் மகாபாரதம், அவளுடைய வேதனையைக் காட்டிலும் பெரிய விஷயங்களைப் பற்றியது. மகாபாரதத்தின் முக்கியப் பாத்திரங்களின் மகத்தான செயல்களும் நாயகப் பண்புகளும் பிரமிக்கவைப்பவை. தொடக்கத்திலிருந்து முடிவுவரை கதையில் வரும் ஒரு பாத்திரம் நம் கண்ணில் படாத அளவிற்கு அவை பிரமிப்பூட்டுகின்றன. யமன்தான் அந்தப் பாத்திரம். கதையின் எல்லா முக்கியத் தருணங்களிலும் திருப்புமுனைகளிலும் யமன் இருக்கிறார்.

மக்களின் மனங்களில் யமன் மரணத்தோடு தொடர்பு கொண்டிருக்கிறார். இறந்தவர்கள் செல்லும் உலகின் அரசனாக அவர் கருதப்படுகிறார். பண்டைய புராணங்களில் யமனுக்கு அத்தகைய இடம் இல்லை. மகாபாரதத்திற்கு முந்தைய புராணங்களில் யமன் காலமாகவும் ஒளியாகவும் வர்ணிக்கப்படுகிறார். மகாபாரதக் காலத்திற்கு முந்தையது என அறிஞர்கள் கூறும் ரிக் வேதம் விவஸ்வான், சரண்யா ஆகியோரின் மகனாக யமனைக் குறிப்பிடுகிறது. விவஸ்வான் சூரியக் கடவுள். சரண்யா அஸ்தமனத்தின் கடவுள். இந்தியப் புராணங்களின் பரிமாணத்தின் இந்தக் கட்டத்தில் யமன் மரணத்தின் கடவுளாகப் பார்க்கப்படவில்லை. அவர் மரணத்தைத் தேர்ந்தெடுத்துக்கொண்ட அநித்தியப் பிறவி. அவ்வகையில் அநித்தியரும் நித்தியருமாக இருந்த முதலாமவர். தனது பெற்றோரின் இயல்புகளின் அடிப்படையில் அவர் ஒளியும் இருளும் இணைந்த கலவை. இந்தக் கருத்தியலையும் சாரத்திற்கும் அதன் நிழலுக்கும் இடையிலான உறவை நிறுவுவதற்குப் பண்டைய கிரேக்கர்கள் மேற்கொண்ட அறிவார்த்தமான மாபெரும் போராட்டத்தையும் ஒப்பிடுவது

ஒப்பாய்வு இலக்கியப் பிரிவின் மாணவர்களுக்கு மிகவும் வளமான களமாக இருக்கும். யமனின் சகோதரி யமி. ஆணும் பெண்ணுமாகப் பிறந்த இரட்டையர்களை இந்தப் பெயர்கள் குறிக்கின்றன. ரிக் வேதத்தின் சூக்தம் (ஒரு இயலின் துணைப் பிரிவுகள்) ஒன்றில் இவர்கள் இருவருக்குமிடையிலான உரையாடல் இடம்பெற்றுள்ளது. அந்த உரையாடல் இப்படி அமைகிறது:

1. இயமி பேசுகிறாள்: நான் என் நண்பனை நட்புக்காக அழைக்கிறேன். நான் பரந்திருப்பதும், தனித்திருப்பது மான கடலைக் கடந்து வந்திருக்கிறேன். அறிஞன் சிந்தனை செய்து, தந்தை எனத் தெளிந்து உத்தம குணங்களுள்ள புதல்வனைப் புவியிலே என்னிலே ஸ்தாபிப்பானாக.

2. இயமன் பேசுகிறான்: உன் நண்பன் இந்த நட்பை விரும்பவில்லை. நாம் ஒரே மூலத்திலிருந்து வந்தாலும், நீ சகோதரியாயிருக்கிறாய். மகத்தான அசுரனுக்குச் சோதியை ஏந்துபவர்களும், தூரத்திலிருந்தே பார்ப்பவர்களுமான வீரப் புதல்வர்கள் இருக்கிறார்கள்.

3. இயமி பேசுகிறாள்: மானிடனுக்கு விலக்கப்பட்டுள்ள இந்த ஸம்பந்தத்தைத் தேவர்கள் விரும்புகிறார்கள். உன் மனம் என் மனத்தோடு சேர்க. அனைத்தையும் பிறப்பித்தவன் புதல்வியின் கணவனாயிருந்தது போல், நீயும் என்னைக் கணவனாகப் பற்றுவாயாக.

4. இயமன் பேசுகிறான்: பூர்வத்தில் செய்யப்பட்ட எந்த பராக்கிரமச் செயலையும் நாம் இப்பொழுது செய்யவில்லை. சத்தியத்தைப் பேசும் நாம், இப்பொழுது அசத்தியமாயிருப்பதை எங்ஙனம் கூறுவோம்? கந்தர்வன் சூரியன் சலமய வானில் இருந்தான். சலம் அவனுடைய மனைவியாயிருந்தாள். அவர்களே நமது பெற்றோர்கள். ஆதலால் நாம் நெருங்கிய பந்துக்கள். சகோதர சகோதரி முறையிலிருக்கிறோம்.

5. இயமி பேசுகிறாள்: துவஷ்டாவும் ஸவிதாவும் விசுவரூபனுமான தந்தை நம்மைக் கருப்பையினுள்ளேயே புருடனும் மனைவியுமாகச் செய்தான். எவனும் அவனுடைய ஆக்ஞைகளைப் பங்கம் செய்யான். நம்முடைய இந்த ஸம்பந்தத்தைச் சோதியும் புவியும் அறிந்திருக்கிறார்கள்.

6. இயமன் பேசுகிறான்: நீ கூறும் அந்த முதல் தினத்தை எவன் அறிகிறான்? அதை எவன் கண்டான்? அதை இங்கு எவன் கூறினான்? மித்திரா வருணர்களுடைய

ஆக்ஞை எங்கும் பரவியிருக்கிறது. மனிதர்களை நரகத்தால் மயக்கும், கண்டிக்கும் நீ என்ன பேசுகிறாய்?

7. இயமி பேசுகிறாள்: ஒரே சயனத்தில் உன்னோடு சயனிக்க யமியான எனக்கு யமனான உன்மீது காமம் தோன்றுகிறது. நான் கணவனிடம் மனைவியைப் போல் நான் என் தேகத்தை உன்னிடம் அதீனப்படுத்துகிறேன். நாம் பரஸ்பரம் சேரத் தேரின் இரு சக்கரங்களைப் போல் ஊக்கமுள்ளவர்களாவோமாக.

8. இயமன் பேசுகிறான்: தேவர்களின் ஒற்றர்கள் இங்கு நிற்காமல், இமைக்காமல் சுற்றித் திரிகிறார்கள். அழிப்பவளே! நீ என்னிடமிருந்து விலகி வேறு எவனிடமாவது செல்லவும். அவனும் நீயும் ஐக்கியமாக நீங்கள் இருவரும் தேரின் இரு சக்கரங்களைப் போல் ஊக்கமாயிருங்கள்.

9. இயமி பேசுகிறாள்: வழிபடும் ஒவ்வொருவனும் இயமனை இரவிலும் பகலிலும் யஜிப்பானாக. அடிக்கடி சூரியனுடைய கண், யமனுக்கு உதயமாகுக. அவனுக்குப் பந்துக்களான தம்பதிகள் – இரவும் பகலும் – சோதியோடும் புவியோடும் சேர்வார்களாக – இயமனுடைய சகோதரத் தன்மையற்ற செயலை இயமி ஏந்துவாளாக. இயமனுடைய சகோதரத் தன்மையற்ற மறுப்பைப் பொறுமையோடு சகிப்பாளாக.

10. இயமன் பேசுகிறான்: சகோதரனைக் கணவனாக நாடாமல் வேறு எவனையாவது பதியாகப் பற்றும் காலங்கள் வரும். ஆதலால் செல்வியே! என்னைத் தவிர வேறு எவனையாவது புருஷனாக விரும்பவும். விருஷபனுக்கு உன் புஜத்தைத் தலையணையாக அளிக்கவும்.

11. இயமி பேசுகிறாள்: நாதனில்லாத சகோதரிக்குச் சகோதரன் சகோதரனோ? நிர்குதி சகோதரனை அணுகுங்கால் சகோதரி சகோதரியோ? காமத்தால் வெல்லப்பட்ட நான் இங்ஙனம் பல மொழிகளைப் புலம்புகிறேன். என் தேகத்தை உன் தேகத்தால் தழுவிக்கொள்ளவும்.

12. இயமன் பேசுகிறான்: நான் என் தேகத்தை உன் தேகத்தோடு தழுவ மாட்டேன். சகோதரியிடம் செல்பவனை அவர்கள் பாவி எனக் கூறுகிறார்கள். என்னை விட்டுவிடு. நீ வேறு எவனோடாவது இன்பத்தை அனுபவிக்கவும். செல்வியே! உன்னுடைய சகோதரன் உன்னோடு இந்த இன்பத்தை விரும்பவில்லை.

13. இயமி பேசுகிறாள் : இயமனே! நீ ஆற்றலற்றவன். நாங்கள் உன்னில் மனத்தையும் இருதயத்தையும் காண வில்லை. உன்னை வேறு ஒரு பெண் குதிரையைக் கட்டும் கச்சையைப் போலும், மரத்தைத் தழுவும் கொடியைப் போலும் தழுவுவாள்.

14. இயமன் பேசுகிறான்: இயமியே! நீ வேறு ஒருவனை மரத்தைத் தழுவும் கொடியைப் போலத் தழுவவும். வேறு ஒருவன் உன்னை மரத்தைத் தழுவும் கொடியைப் போல தழுவுவானாக. நீ அவன் மனத்தை விரும்பவும். அவன் உன் மனத்தை விரும்புவானாக. நல்ல மங்களமான இன்பச் செல்வத்தை ஐக்கியம் செய்துகொள்ளவும்.[31]

இப்படியாக, சூரியனுக்குப் பிறந்த இரட்டையர்களான யமனும் யமியும் பின்னாளில் குரு வம்சமாக உருவான வம்சாவளியைத் தொடங்கிவைக்கிறார்கள். யமன் என்ற சொல்லுக்குக் காலம், நீலம் அல்லது கருமை, கிருஷ்ண, தர்மம் என்னும் பொருள்கள் உள்ளன. தன்னுடைய அமானுஷ்யமான அம்சத்தில் யமன் கிருஷ்ணருடன் தொடர்புகொண்டவர். "தெய்வீக நாகங்களில் நான் அனந்தன். நீர்வாழ் தெய்வங்களில் நான் வருஜன். மறைந்த முன்னோர்களில் நான் ஆர்யமன். விதியை முடிவு செய்பவர்களில் நான் யமன்"[32] என்று கிருஷ்ணர் கீதையில் குறிப்பிடுகிறார்.

யமன் தனது இருப்பின் ஒரு அம்சத்தில் கிருஷ்ணரிடம் இருப்பதைப் போலவே பாண்டவர்களில் மூத்தவனான யுதிஷ்டிரனிடத்திலும் இருக்கிறார். யமனிடமிருந்து ஒரு குழந்தை வேண்டும் என்று கோரி யுதிஷ்டிரனைப் பெறுகிறாள் குந்தி. அதனால்தான் யுதிஷ்டிரன் தர்மராஜன் என்று அழைக்கப்படுகிறான். யமன் இரண்டு முறை தன் மகனின் முன்பு தோன்றுகிறார். யட்சனின் வடிவத்தில் வந்து கடினமான கேள்விகளைக் கேட்பது யமன்தான். இந்த கேள்விகள் என்றென்றைக்குமான தத்துவார்த்த ஐயங்களைப் பற்றியவை. இரண்டாவதும் இறுதியானதுமான சந்திப்பு மகாபாரதம் நிறைவுறும் கட்டத்தில் நடக்கிறது. சொர்க்கத்திற்குச் செல்லும் யுதிஷ்டிரன் தன்னுடைய சகோதரர்களின் விதியை நினைத்துச் சஞ்சலம் கொள்கிறான். அப்போது அவனுக்கான இறுதிச் சோதனையில் யுதிஷ்டிரனை யமன் உட்படுத்துகிறார். அந்தச் சோதனையை யுதிஷ்டிரன் எதிர்கொண்ட

31. ரிக்வேதம் பகுதி 10, மொழியாக்கம்: ம.ரா. ஜம்புநாதன்

32. பகவத் கீதை 10–29 மொழியாக்கம்: பாரதியார்

விதத்தில் திருப்தியடைந்த யமன் தன்னுடைய நிஜ ரூபத்தை வெளிப்படுத்துகிறார். மகாபாரதம் இங்கே முடிகிறது.

மகாபாரதக் கதையில் தொடக்கம் முதல் முடிவுவரை வரும் பாத்திரம் யமன் மட்டுமல்ல. மர்மங்கள் நிறைந்த வியாசரும் வருகிறார். கதைசொல்லியான இவர் கதைக்குள் ஒரு பாத்திரமாகவும் வருகிறார். "அனைத்தையும் பார்த்தவன்"[33] என அவர் தன்னைக் கூறிக்கொள்கிறார். கிருஷ்ண துவைபாயனர் என்று அறியப்படும் வியாசரின் இந்தப் பெயர் யமனுடன் தொடர்புகொண்டது. துவாரகையைச் சேர்ந்த கிருஷ்ணர் கீதையில் 'கிருஷ்ணரின் ஒரு வடிவம் யமன்' என்கிறார். ரிக்வேதம் யமனை மஹா காலா (காலத்தின் மகத்தான வடிவம்) என்று குறிப்பிடுகிறது. அப்படியானால் மகாபாரதத்தைக் காலத்தைப் பற்றிய காவியமாகப் படிக்கும் சாத்தியக்கூறு உள்ளதா? யமன் மரணத்துடன் மட்டும் தொடர்புபடுத்தப்படவில்லை. வாழ்வையும் மரணத்தையும் தீர்மானிக்கும் கடவுளாகவே விளங்குகிறார். எனவே மகாபாரதத்தை வாழ்வும் மரணமும் பற்றிய மகத்தான கவிதையாகப் புரிந்துகொள்ளலாமா? எந்த முடிவுக்கும் வருவதற்கு முன்பு இந்தக் கதையைப் பார்த்து விடலாம்:

> லோமஹர்ஷணர் புகழ்பெற்ற கதைசொல்லி. அவருக்குத் தெரிந்த எல்லாக் கதைகளும் அவர் மகன் உக்ரஸ்ரவ சௌதிக்குத் தெரியும். அந்தக் காலத்தில் கற்றறிந்தவர்களால் பெரிதும் மதிக்கப்பட்ட சௌனகர் அந்தக் கதைகளில் சிலவற்றைக் கேட்க வேண்டும் என்று விரும்புகிறார். "பிருகு வம்சத்தின் வரலாற்றைக் கேட்க விரும்புகிறேன். அதைச் சொல்லுங்கள்; நாங்கள் கவனமாகக் கேட்போம்" என்கிறார் சௌனகர். இந்தக் கதைகளை லோமஹர்ஷணரும் கிருஷ்ண துவைபாயனரும் முன்பு இணைந்து சொல்லியிருந்தார்கள் என்றும் அவை 'பாரதம்' என அறியப்பட்டன என்றும் தோன்றுகிறது. பாரதக் கதையை அறிந்த சௌதி கதை சொல்லத் தொடங்குகிறார். "சுயம்புவாகத் தோன்றிய பிரம்மா வருணனின் வேள்வித் தீயிலிருந்து மகத்தான வரும் ஆசீர்வதிக்கப்பட்டவருமான பிருகு முனிவரை உருவாக்கினார் என்று அறிகிறோம். பிருகுவுக்கு ச்யவனன் என்ற மகன் பிறந்தான். பிருகு தன் மகனை மிகவும் நேசித்தார். ச்யவனனுக்கு பிரமதி என்ற நெறிதவறாத மகன் பிறந்தான். பிரமதிக்கும் தேவலோக நடன மங்கையான கிரிதாச்சிக்கும் குரு என்ற மகன் பிறந்தான். குரு தன்

33. டி.எஸ். எலியட்டின் 'The Love Song of J. Alfred Prufrock' கவிதையிலிருந்து எடுத்தாளப்படும் தொடர்.

மனைவி பிரமத்வாராவிடம் சௌனகன் என்ற மகனைப் பெற்றான். சௌனகரே, உங்களுடைய மூதாதையரான அந்த சௌனகர் தர்மநெறி தவறாதவர். முற்றும் துறந்த துறவி. சட்ட நுணுக்கங்களில் தேர்ந்தவர். வேதங்களை அறிந்த ஞானிகளில் முதன்மையானவர்."[34]

பிருகு தன் மகனுக்கு ச்யவனன் என்ற பெயரை ஏன் வைத்தார் என்று சௌனகர் இந்தக் கட்டத்தில், கேட்கிறார். அந்த வரலாற்றை சௌதி இப்படி விவரிக்கிறார். பிருகுவின் மனைவி புலோமா. ஒரு ராட்சசன் அவளைத் தவறான பார்வையுடன் அணுகித் தூக்கிச் சென்றுவிடுகிறான். போகும் வழியில் வேள்வி நடக்கும் இடத்தில் அக்னியைச் சந்திக்கிறான். "என் மனதில் நெருப்புப் பற்றி எரிகிறது. எனவே இவள் பிருகுவைக் காட்டிலும் எனக்கே உரியவள் அல்லவா?" என்று கேட்கிறான். அக்னி சஞ்சலத்தில் சிக்கிக்கொள்கிறார். ஏனென்றால் அக்னிதான் ராட்சசனின் மனதில் எரிகிறார். "ஆமாம். நீ அவளை உன் மனைவியாக அடைய வேண்டும் என விரும்பியது உண்மைதான். ஆனால் புனிதச் சடங்குகள் மூலம் பிருகு இவளை மனைவியாக ஏற்றுக்கொண்டுவிட்டார்"[35] என்று அக்னி பதிலளிக்கிறார். தன்னுடைய விருப்பத்தை அக்னி ஓரளவு சாதகமாக விடையளித்ததையடுத்து ராட்சசன் புலோமாவைக் கொண்டுசெல்கிறான். இதனால் அதிர்ச்சியும் கோபமும் கொண்ட புலோமாவின் கருப்பையில் இருந்த கரு கீழே விழுந்தது. (53) எனவே 'ஆற்றல் நிறைந்தவன்' என்ற பொருள் கொண்ட ச்யவனன் என்ற பெயரை அந்தக் குழந்தை பெறுகிறது. குழந்தை கீழே விழுவதைக் கண்ட ராட்சசன் புலோமாவின் மீது வைத்திருந்த பிடி தளர்கிறது. அவன் கீழே விழுகிறான். விழுந்த மாத்திரத்தில் சாம்பலாகிவிடுகிறான். அழகே உருவான புலோமா துயரத்தில் மூழ்கியவளாக பிருகுவின் மகனான தன் குழந்தையைத்தூக்கிக்கொண்டு நடந்து செல்கிறாள்.புலோமாவின் கண்ணீர் மாபெரும் நதியாகப் பெருகுகிறது. அந்த நதி அவள் காலடிகளைப் பின்தொடர்கிறது. உலகங்களின் பிதாமகரான பிரம்மா தன்னுடைய மகனின் மனைவியைப் பின்தொடரும் நதிக்கு வதூசரா எனப் பெயரிடுகிறார். இவை அனைத்தையும் கண்டு பிருகு ஆவேசம் கொள்கிறார். ராட்சசனிடம் பேசியது அக்னிதான் என்று புலோமா அவரிடம் சொல்கிறாள். 'நீ அனைத்தையும் தின்னக் கடவது' என்று பிருகு அக்னியைச் சபிக்கிறார்.[36]

---

34 மகாபாரதம், ஆதிபருவம்

35. மகாபாரதம், ஆதி பருவம்

36. ஆதி பருவம்

'எல்லாக் கடவுள்கள், மூதாதையரின் (பித்ருக்கள்) வாயா'கத் தான் இருப்பதை அக்னி பிருகுவுக்கு நினைவுபடுத்து கிறார். அப்படியிருக்கையில், 'எல்லாவற்றையும் உண்ணும் தூய்மையற்ற வாயாக நான் எப்படி இருக்க முடியும்?' என்று கேட்கிறார். சிறிது நேரம் சிந்திக்கும் அக்னி, அன்றாட ஹோமம், வேள்விகள், மனிதர்கள் நீண்டகால வேள்விகள், புனிதச் சடங்குகள், பிற சடங்குகள் ஆகியவை நடக்கும் எல்லா இடங்களிலிருந்தும் விலகிக்கொள்கிறார். அதன் பிறகு ரிஷிகள் பெரும் கவலையுடன் தேவர்களை அணுகி, 'மாசற்ற பிறவிகளே! நெருப்பு இல்லாததால் வேள்விகளும் சடங்குகளும் நடத்த முடியாமல் மூவுலகும் குழம்பித் தவிக்கின்றன. இது குறித்து என்ன செய்வதென்று ஆணையிடுங்கள்' என்று கேட்கிறார்கள்.'[37]

பிறகு ரிஷிகளும் தேவர்களும் பிரம்மனிடம் செல்கிறார்கள். அக்னி பெற்ற சாபத்தையும் அதனால் சடங்குகள் தடைப்பட்டிருப்பதையும் அவரிடம் சொல்கிறார்கள். பிரபஞ்சத்தைப் படைத்த பிரம்மன் அக்னியை அழைக்கிறார். 'நீதான் உலகங்களை உருவாக்குபவன். நீயே அவற்றை அழிப்பவன்! அவற்றைக் காப்பவன்.' மூன்று உலகங்களும் நீயும் சேர்ந்துதான் எல்லா வேள்விகளையும் சடங்குகளையும் நடத்துகிறீர்கள். எனவே அந்தச் சடங்குகள் தடைப்படாத வகையில் நீ நடந்துகொள்ள வேண்டும். நெருப்பே, உன்னுடைய சொந்த ஆற்றலால் பிறந்த மகத்தான ஆற்றல் நீ' என்கிறார். 'அப்படியே ஆகட்டும்' என்று அக்னி பிதாமகனிடம் பதில் சொல்கிறார்.[38] பிறகு, பிரம்மனின் கட்டளையை நிறைவேற்றப் புறப்படுகிறார். தேவர்களும் ரிஷிகளும் உவகையுடன் தத்தமது இருப்பிடங்களுக்குச் செல்கிறார்கள்.

> சௌதி இப்படிக் கூறினார்: 'பிருகுவின் மகனான ச்யவனன் தன் மனைவி சுகன்யாவிடம் ஒரு குழந்தையைப் பெற்றான். அந்தக் குழந்தைதான் வசீகரமான ஆற்றல் கொண்ட புகழ்பெற்ற பிரமதி. சிரிதாச்சியின் மூலம் பிரமதி ருருவைப் பெற்றான். ருரு பிரமத்வாராவின் மூலம் சௌனசனைப் பெற்றாள். பிராமணனே, அளவற்ற ஆற்றலைக் கொண்ட ருருவின் மொத்த வரலாற்றையும் நான் உனக்கு விளக்கமாகச் சொல்வேன்.'
>
> ருருவும் பிரமத்வாராவும் ஒருவருக்காக மற்றொருவர் உயிரையும் கொடுக்கத் தயாராக இருக்கும் ஆதிகாலக் காதலர்கள், அடர்ந்த வனத்தில் தூங்கிகொண்டிருந்த

37. ஆதி பருவம்
38 ஆதி பருவம்

போது பிரமத்வாரா பாம்பு தீண்டி இறந்துவிடுகிறாள். சொல்லொணாத் துயரில் மூழ்கும் ருரு அவளை உயிர்ப்பித்துத் தருமாறு தேவர்களிடம் கேட்கிறான். அவனுடைய பிடிவாதத்தைக் கண்ட தேவர்கள் அவனைச் சந்திக்கத் தூதரை அனுப்புகிறார்கள். பிரமத்வாரா உயிருடன் வந்தால் உன்னுடைய வாழ்நாளில் பாதியை அவளுக்குத் தர வேண்டியிருக்கும் என்கிறார். காதலுக்கு இலக்கணமாகத் திகழும் ருரு அந்த நிபந்தனையை ஏற்றுக்கொள்கிறான். "மகிமை வாய்ந்த தேவதூதரே, என் மனைவிக்காக என் வாழ்நாளின் பாதியைத் தர மகிழ்ச்சியோடு சம்மதிக்கிறேன். என் அன்புக்குரியவள் தன்னுடைய ஆடையுடனும் அழகிய தோற்றத்துடனும் மீண்டும் எழுந்து வரட்டும்' என்கிறான் ருரு. அதன் பிறகு சிறந்த குணங்களைக் கொண்டவர்களான கந்தர்வர்களின் அரசனும் (பிரமத்வாராவின் தந்தை) தேவதூதரும் தர்ம தேவதையைச் சந்திக்கிறார்கள். "தர்மராஜனே, உங்களுக்கு விருப்பம் இருந்தால் ருருவின் மனைவி பிரமத்வாரா ருருவின் வாழ்நாளில் பாதியைப் பெற்றுக்கொண்டு உயிர்பெற்று எழட்டும்" என்கிறார்கள். அதைக் கேட்ட தர்மராஜன், "தேவதூதனே, அதுதான் உன் விருப்பம் என்றால் ருருவின் வாழ்வில் பாதியைப் பெற்றுக்கொண்டு பிரமத்வாரா உயிர்பெற்று எழட்டும்" என்கிறார்.[39]

ஆதிபருவத்தின் தொடக்கத்தில் வரும் பிருகுவின் வம்சத்தைச் சேர்ந்த சௌனகன் மகாபாரதக் கதையைத் தொடங்கிவைக்கிறான் என்பதைத்தான் இங்கே கவனிக்க வேண்டும். இதிகாசம் (வரலாறு) என இந்திய மரபில் அறியப்படும் இந்தக் காவியம் இவ்வகையில் நினைவுகூரலுக்கான வழியாக ஆகிறது. யமன், யமி என்னும் தெய்வீகப் பிறவிகளுடன் தொடங்கும் வேத நாகரிகத்தின் புராணிகமான நினைவுகளை ஒன்றாகக் கோத்து வழங்கும் கவித்துவத்தின் வெற்றி என்னும் இதைக் கூறலாம். தேரில் வலம் வரும் யமனும் யமியும் வம்சங்களின் தொடர்ச்சியிலும், முக்கியமாகக் குரு வம்சத்தின் தொடர்ச்சியிலும் பயணிக்கிறார்கள். சமூக அமைப்பு வேதகாலத்தைச் சேர்ந்த ஆயர்களிடமிருந்து போர்த்தொழில் புரியும் பிரிவினரால் ஆளப்படும் நிலப்பிரபுத்துவ அரசுகளாக எப்படி மாறியது என்பதைச் சாரமாகக்கொண்டது இது. பேரரசு உருவாவது குறித்த விரிவான சட்டகம் கொண்ட சித்திரமாக மகாபாரதம் விளங்குவதைப் போர் குறித்த அதன் சித்தரிப்பு மிகத் தெளிவாகக் காட்டுகிறது. இந்தியா

39. ஆதி பருவம்

முழுவதும் இருந்த மன்னர்களும் இளவரசர்களும் குரு வம்சத்தின் இரு பிரிவுகளில் ஒன்றுடன் இணைந்துகொள்வது தனிப்பட்ட விருப்பத்தினால் அல்லாமல் அரசியல் யதார்த்தம் காரணமாகவே என்பதைக் காணத் தவறுவது இந்தப் படைப்பைச் சரிவரப் புரிந்துகொள்ளாமையாகவே அமையும் என்று ஸ்ரீஅரவிந்தர் சுட்டிக்காட்டுகிறார்:

> தொடர்ந்துவரும் நிகழ்வுகள் காவியத்திற்கு மிகவும் முக்கியமானவையாகின்றன. 'போர் இன்றி மகாபாரதம் இல்லை' என்பது உண்மை; போருக்கான காரணங்கள் இன்றிப் போரும் இல்லை என்பதும் அதே அளவுக்கு உண்மை. கிரேக்கர்களைப் போலக் கதையை நடுவிலிருந்து தொடங்கும் கலாபூர்வமான தேர்வு இந்துக் கவிஞர்களிடம் இல்லை. அவர்கள் தொடக்கத்திலிருந்தே கதையைத் தொடங்குகிறார்கள்.
>
> எனவே, தொடர்ந்துவரும் அரசியல் சூழ்நிலைகளும் போருக்கான உடனடிக் காரணங்களும் கதையின் முற்பகுதியுடன் தொடர்புள்ளவையாக இருக்கும் என்று நாம் இயல்பாகவே எதிர்பார்க்கிறோம். அதையே நாம் கதையில் காண்கிறோம்... ஐரோப்பாக் கண்டத்தைப் போலவே பண்டைய இந்தியக் கண்டத்திலும் எதிரும் புதிருமான இரு சக்திகள் இருந்தன. ஒன்று மையத்தில் அதிகாரத்தைக் குவிக்கும் பேரரசை உருவாக்குவதற்கான முயற்சிகளைத் தொடர்ச்சியாக உருவாக்கிவரும் சக்தி. இன்னொன்று, உருவாகிவிட்ட பேரரசுகளை உடைத்து மீண்டும் சிறு பகுதிகளாக மாற்றும் முயற்சிகளை முன்னெடுக்கும் சக்தி. இந்தியாவில் இருந்த இந்த இரு தரப்புகளும் ஐரோப்பாவில் இருந்தவற்றைக் காட்டிலும் வலுவான செயல்பாடுகளைக் கொண்டவை.[40]

கோசலம், மகதம், விதேகம், பாஞ்சாலம், போஜம் ஆகிய அரசுகள், தென்னகத்தைச் சேர்ந்த பல்வேறு சிறிய ஆட்சியாளர்கள் ஆகியோருக்கிடையே இருந்த உறவுகளையும் பதற்றங்களையும் பற்றி ஸ்ரீஅரவிந்தர் விரிவாகச் சொல்கிறார். குருட்சேத்திர யுத்தத்திற்கு முன்பு பேரரசை உருவாக்குவதற்காக ஐந்து பெரும் முயற்சிகள் மேற்கொள்ளப்பட்டதாகவும் அவர் கூறுகிறார். அவற்றில் நான்கு இக்ஷ்வாகு வம்சத்தவரின் முயற்சிகள்; ஒன்று குரு வம்சத்தின் முயற்சி. குருட்சேத்திரப் போரில் அரசர்கள் அணி திரண்ட விதம் வேதகாலத்தின் பிற்பகுதியில் இந்தியாவில் நிலவிய அரசியல் வரலாறுடன்

---
40. Aurobindo, *The Mahabharata*, p. 18.

நெருக்கமாகத் தொடர்புகொண்டது என்கிறார்.[41] எனவே குரு, பிரமத்வாராவின் காதல் கதை சந்தனுவின்[42] சந்ததிகளின் வாழ்வுடனும் போராட்டங்களுடனும் நேரடியாகத் தொடர்புகொள்ளவில்லை என்றாலும் மகாபாரதக் கதைக்கு இது முக்கியமானது. கிரேக்கப் புராணக் கதையான ஆர்ஃபியஸ், யூரிடைஸ் கதையைப் போலவே காதல் கதையான ருரு, பிரமத்வாரா கதை பல்வேறு இலக்கியக் காலகட்டங்களில் இந்தியக் கவிஞர்களுக்குப் படைப்பூக்கம் அளிக்கும் கதையாக விளங்கிவருகிறது. இந்தக் கதையை ஆங்கிலத்தில் *'Love and Death'* என்னும் நீண்ட கவிதையாக அரவிந்தர் 19ஆம் நூற்றாண்டின் இறுதியில் எழுதினார். இந்தக் கதையின் மிக அழகான வடிவங்களில் இதுவும் ஒன்று.

பேரரசு உருவாக்கமும் அதன் விளைவான ஆசைகளாலும் அக்கறைகளாலும் உருவாகும் அரசியல் பூசல்களும் மகாபாரதத்தில் விரிவாக இடம்பெறுகின்றன. தார்மீக விதிமுறைகளின மாறாத கூறுகளைத் தழுவியபடியும் மானுட உணர்வுகளை ஆழமாக அலசியபடியும் ஒரு வம்சத்தின் பல நூற்றாண்டுக் கால வரலாற்றையும் புராணிகமான கடந்த கால நினைவுகளையும் மகாபாரதம் மறுஉருவாக்கம் செய்கிறது. அதுபோலவே, மகாபாரதத்தின் கருப்பொருளின் மையமாகக் காதலும் மரணமும் விளங்குகின்றன. ஒட்டுமொத்த உலக இலக்கியத்தின் மிக வசீகரமான கதாபாத்திரங்களில் ஒன்றான குந்தியைப் பற்றி இங்கே நாம் சுருக்கமாகப் பார்க்க வேண்டியிருக்கிறது. குந்தி பாண்டுவின் மனைவி. பாண்டவர்களின் அன்னை. எந்த மொழியிலும் எழுதப்பட்ட எந்தக் காவியத்திலோ, நாடகத்திலோ நாவலிலோ குந்தியைப் போன்ற முழுமையான, சிக்கலான பாத்திரம் வேறொன்று இல்லை என்று சொல்வது மிகையான கூற்றாக இருக்காது. தொடக்கத்திலிருந்தே குந்தியின் வாழ்க்கை அசாதாரணமும் சோகமும் கலந்த வினோதக் கலவையாகவே உள்ளது. ஆதி பருவத்தின் சம்பவ பருவத்தின் 61ஆவது பகுதியில் அவள் கதை இப்படித் தொடங்குகிறது. 'யாதவர்களிடையே சூரன் என்னும் தலைவன் இருந்தான். அவனுக்குப் பிருதை என்னும் மகள் இருந்தாள். பூமியில் அவளுக்கு இணையான அழகி வேறு யாரும் இல்லை'.[43] தன் விருப்பப்படி எந்தத் தேவதையை வேண்டுமானாலும்

---

41. அதே நூல்

42. சந்தனு ஹஸ்தினாபுரத்தின் அரசன். கங்காதேவியின் மூலம் பீஷ்மர் உள்பட எட்டுக் குழந்தைகளைப் பெற்றவன். இரண்டாவது மனைவி சத்யவதியின் மூலம் சித்திரவீரியன், விசித்திரவீரியன் ஆகிய இரு குழந்தைகளையும் பெறுகிறான். இவன் கௌரவர்கள், பாண்டவர்களின் கொள்ளுத் தாத்தா.

43. ஆதி பருவம்

வரவழைத்து அவரிடம் தனக்குக் குழந்தை பெற்றுக்கொள்ளும் வரத்தை முனிவர் ஒருவர் அவளுக்கு அளிக்கிறார். பின்னாளில் குந்தி என அறியப்படும் பிருதை இந்த வரத்தைப் பயன்படுத்திப் பார்க்கும் ஆசையால் மந்திரத்தைச் சொல்லி விவஸ்வதனை (சூரியக் கடவுள்) வரவழைக்கிறாள். அவள் முன் தோன்றும் விவஸ்வதன் அவளுக்கு என்ன வேண்டுமெனக் கேட்கிறான். தன்னுடைய நோக்கத்தை அவள் சொன்னதும் விவஸ்வதன் அவளுடன் கூடுகிறான். அவர்களுக்குப் பிறக்கும் குழந்தைதான் பிருதையின் மூத்த மகன் கர்ணன். திருமணமாகாமலேயே குழந்தை பெற்றுக்கொண்டதால் வரக்கூடிய பழி பாவத்திற்கு அஞ்சி அவள் ஒளிவீசி ஜொலிக்கும் அந்தக் குழந்தையை ஆற்றில் மிதக்க விட்டுவிடுகிறாள். பிறகு குந்தி எனப் பெயர் பெறும் பிருதை ஹஸ்தினாபுரத்து மன்னன் பாண்டுவை மணக்கிறாள். யுதிஷ்டிரன், பீமன், அர்ஜுனன் என மூன்று குழந்தைகளைப் பெற்றெடுக்கிறாள். ஒவ்வொரு முறையும் மந்திரம் சொல்லி ஒரு தேவதையை வரவழைத்து அவர் மூலம் குழந்தையைப் பெறுகிறாள்.

அவளுடைய முதல் மகன் கர்ணன் சூதனுடைய வீட்டில் வளர்கிறாள். சூதனுடைய வம்சம் க்ஷத்திரிய வம்சம் அல்ல. கர்ணன் சூத புத்திரன் என அறியப்படுகிறான். குந்தியின் மற்ற மூன்று மகன்களும் இளவரசர்களாக ஹஸ்தினாபுரத்தில் வளர்கிறார்கள்.

குந்தி, அவளால் கைவிடப்பட்ட கர்ணன், அவளுடைய மாமன் மகனான கிருஷ்ணன் ஆகிய மூவரும் மகாபாரதக் கதையில் மிக முக்கியமான இடத்தைப் பெறுகிறார்கள்.

தொடக்கமும் முடிவும்

கதையின் பிரதான கதாபாத்திரங்களின் முக்கியத்துவத்தை ஆராய்வதற்கு முன் ஒரு விஷயத்தைக் குறிப்பிட்டாக வேண்டும். கதையின் இந்தக் கட்டம்வரை, ருரு – பிரமத்வாரா கதை நடப்பதுவரை, கதை சொல்லும் சௌதியானவர், இந்திரன், யமன், அக்னி, வருணன், சூரியன் என வேத காலத்தின் பெருந்தெய்வங்களைக் குறிப்பிடுகிறார். வேதக் குறியீடுகளிலும் உலகம் தொடர்பான பார்வையிலும் இந்தக் கடவுள்களின் இடம் என்னவென்பதைச் சுருக்கமாக நினைவுபடுத்திக்கொள்வது பொருத்தமாக இருக்கும். பெரும்பாலான கடவுள்களின் தோற்றுவாய் பரந்து விரிந்த வானம், ஒளி, இருள், நெருப்பு, நீர் என இயற்கையின் அம்சங்களோடு தொடர்புகொண்டது என நாகரிகத்தின் வரலாற்றை ஆராயும் அறிஞர்கள் அறிவார்கள்.

ஆண் கடவுளாக உருவகிக்கப்படும் விவஸ்வான் என்னும் சொல்லுக்கு ஒளி என்று பொருள். சரண்யா என்றும் சொல்லுக்குப் (பெண் கடவுள்) பொருள், விடியல். இவர்கள் இரட்டையர்களான அஸ்வினி சகோதரர்களின் பெற்றோர். அஸ்வினி தேவர்கள் ரிக் வேதத்தில் 376 முறை குறிப்பிடப்படுகிறார்கள்.[44] இவர்கள் மகாபாரதக் கதையின் தொடக்கத்தில் ஆதி பருவத்தில் வருகிறார்கள். பாண்டவர்களில் கடைசிச் சகோதரர்களான நகுலனும் சகாதேவனும் இவர்களுக்குப் பிறந்தவர்கள். இவர்களின் வடிவில் அஸ்வினி சகோதரர்கள் மகாபாரதத்தில் இடம்பெறுகிறார்கள். வருணன் வாயு ரூபத்தில் பீமனின் மூலம் காவியத்திற்குள் பிரவேசிக்கிறான். சூரியன் கர்ணன் வடிவிலும் இந்திரன் அர்ஜுனன் மூலமாகவும் வருகிறார்கள். இவை மகாபாரதத்திற்கு அதற்கு முந்தைய காலத்திற்கும் இடையிலான தொடர்பை விரிவுபடுத்துகின்றன. யுதிஷ்டிரன் வடிவில் மகாபாரதத்தில் வரும் யமன் தொடக்கக் கட்ட வேத நாகரிகத்தில் உருவாக்கப்பட்ட கடவுள்களுக்கும் மகாபாரதக் காலத்திற்கும் இடையில் அமைந்த வண்ணமயமான பாலத்தை முழுமைப்படுத்துகிறான். இந்தத் தொடர்ச்சியின் பிரதான ஊடகமாகக் குந்தி இருக்கிறாள். கிருஷ்ணனும் அவ்வாறே இருந்தாலும் அவன் தொடர்ச்சியைக் காட்டிலும் மாற்றத்தையே அடையாளப்படுத்துவதாகச் சொல்லலாம். இதுபற்றிப் பிறகு பேசுவேன்.

பிருதை என்னும் இயற்பெயர் கொண்ட குந்தி சூரசேனனின் மகள். குந்திபோஜன் என்னும் அரசன் இவளைத் தத்துதெடுத்துக்கொண்டான். பிருதையின் அண்ணனான வாசுதேவனின் மகன்தான் கிருஷ்ணன். சூரசேனனின் தாயாதியான குந்திபோஜனுக்கு வாரிசு இல்லை என்பதால் பிருதையை அவனுக்குத் தத்துக் கொடுத்துவிட்டான். இவர்கள் அனைவரும் யாதவ குலத்தைச் சேர்ந்த ஆயர்கள். பசுக்களைப் பராமரித்து அவற்றைப் பெருக்குவதே அவர்களுடைய பிரதானமான ஈடுபாடு. குந்திக்கும் பாண்டுவுக்கும் தற்செயலாகத் திருமணம் நடந்திராவிட்டால் பிருகுவின் வழிவந்த க்ஷத்திரிய குலத்திற்கும் இவர்களுக்கும் எந்தத் தொடர்பும் ஏற்பட்டிருக்காது. மகாபாரதம் குந்தியை மிகவும் அழகான, நளினமான பெண்ணாகவும் குடும்பத்தினர், அரசர்கள், மாவீரர்கள், ரிஷிகள் ஆகியோரை மகிழவிக்கக்கூடிய நாகரிகம் நிறைந்தவளாகவும் சித்தரிக்கிறது. கோபத்திற்குப் பேர்போன துர்வாச ரிஷி ஒருமுறை குந்திபோஜனைப் பார்க்க வந்திருந்தார். அவரைச் சமாளிப்பது கடினம். குந்தியின் பணிவையும் பக்தியையும்

44. 'Ashwins', *Vyasa Mahabharata*, <www.vyasaonline.com/encyclopedia/ashvins> visited 12 June 2020.

கண்டு மனம் குளிர்ந்த அவர் அவளுக்கு மிகவும் வித்தியாச மான வரத்தைக் கொடுத்தார். அந்த வரத்தின் ஆற்றலைச் சோதித்துப்பார்க்க விரும்பிய குந்தி அவர் சென்ற பிறகு அவர் சொல்லிக்கொடுத்த மந்திரத்தை உச்சரித்துச் சூரியனை வரவழைத்தாள். சூரியன் மூலம் அவளுக்குக் கர்ணன் பிறந்தான். ஹோமரின் இலியட் காவியத்தில் பாரிஸை அவன் பெற்றோர் கைவிட்டதுபோல அவள் கர்ணனைக் கைவிட்டாள். பின்னாளில் அவள் பாண்டுவை மணந்துகொண்டாள். பாண்டுவுக்கு ஒரு சாபம் இருந்தது. கிந்தம ரிஷியும் அவருடைய மனைவியும் மானின் வடிவில் கூடி முயங்கியிருந்தபோது பாண்டு தவறுதலாக அம்பெய்து அவரைக் கொன்றுவிட்டான். அதனால் கோபம் கொண்ட ரிஷி, காமத்தைத் துய்க்க முனைந்தால் மரணமடைவாய் என்று பாண்டுவைச் சபித்து விட்டார். பாண்டுவின் உயிரிழப்பைத் தவிர்ப்பதற்காகக் குந்தி தன் வரத்தைப் பயன்படுத்துகிறாள். மூன்று முறை அதைப் பயன்படுத்தி யுதிஷ்டிரன், பீமன், அர்ஜுனன் ஆகியோரைப் பெற்றெடுக்கிறாள். பாண்டுவுக்கு மாத்ரி என்று இன்னொரு மனைவியும் உண்டு. மாத்ரியும் குழந்தைகளைப் பெற உதவுமாறு பாண்டு குந்தியிடம் கேட்டுக்கொள்கிறான். மாத்ரி அஸ்வினி தேவர்களை வரவழைத்து நகுலனையும் சகாதேவனையும் பெற்றெடுக்கிறாள். இப்படியாக வேத நாகரிகத்தில் உருவகிக்கப்பட்ட தெய்வங்கள் மகாபாரதக் கதைக்குள் வருகிறார்கள். குரு வம்சம் பல்வேறு வெற்றிகளையும் இடர்களைத் தாண்டிப் பாண்டு, திருதராஷ்டிரன் ஆகியோரின் தலைமுறைக்கு வந்திருக்கிறது. வம்சத்தின் தொடர்ச்சியைச் சொல்லும் கதை மிகவும் வசீகரமானது. பல்வேறு தலைமுறைகளைச் சேர்ந்த பலர் இதில் இடம்பெறுகிறார்கள். யாதவர்கள் தரப்பில் கிருஷ்ணரும் குந்தியும் முக்கியமான பாத்திரங்கள் என்றால் குரு வம்சத்தில் பீஷ்மர் முக்கியமானவர். இந்த வம்சத்தைப் பற்றிய எளிமையான சித்திரத்தை இங்கே தருகிறேன்.

மகாபாரதக் கதையைத் தெளிவாகப் புரிந்துகொள்ள வேண்டுமென்றால் சந்தனுவின் ஆட்சிக் காலத்திலிருந்து அதைத் தொடங்க வேண்டும். பாரதக் கதைக்குப் பெயர் தந்த பரதன் புராணிக அம்சம் கொண்ட மாவீரன். இவனுக்குப் பிறகு இரண்டு தலைமுறைகள் கழித்துப் பிறந்தவன் சந்தனு. இவன் முதலில் கங்கையை மணந்துகொள்கிறான். மனித வடிவில் பூமிக்கு வந்த கங்கை மீண்டும் வானுலகம் சென்ற பிறகு சந்தனு சத்யவதியைத் திருமணம் செய்துகொள்கிறான். சந்தனுவுக்கும் கங்கைக்கும் ஏழு குழந்தைகள் பிறக்கின்றன.

கங்கை அந்தக் குழந்தைகளை கங்கை நதியில் போட்டு விடுகிறாள். எட்டாவது குழந்தையான தேவவிரதனை மட்டும் சந்தனுவிடம் தருகிறாள். அதன் பிறகு மகாபாரதத்தில் கங்கையைப் பற்றிய பேச்சே இல்லை. தேவ விரதன் பெரியவனாக வளர்ந்த பிறகு சந்தனு சத்யவதியை மணந்துகொள்கிறான். சந்தனுவின் காலத்திற்குப் பின் சத்தியவதியின் வாரிசுகள்தான். பட்டத்திற்கு வர வேண்டும் என்று சத்தியவதியின் தந்தை கோருகிறார். அதை ஏற்றுக்கொள்ளும் தேவவிரதன் வாழ்நாள் முழுவதும் திருமணம் செய்துகொள்ளாமல் பிரம்மச்சரியம் கடைப்பிடிப்பேன் என்று சபதம் செய்கிறான். தேவவிரதன் இதனால் பீஷ்மன்(செயற்கரிய செயலைப் புரிந்தவன்) என்ற பெயரைப் பெறுகிறான்.

சத்யவதிக்குச் சித்திரவீரியன் (சித்ராங்கதன் என்னும் அறியப்படுகிறான்), விசித்திரவீரியன் என்று இரு மகன்கள் பிறக்கிறார்கள். காசி அரசவையில் நடக்கும் சுயம்வரத்திற்குச் செல்லும் பீஷ்மர் காசி மன்னனின் புதல்விகளைக் கவர்ந்து வருகிறார். அவர்களில் அம்பிகை, அம்பாலிகை ஆகிய இருவரையும் விசித்திரவீரியனுக்குத் திருமணம் செய்து வைக்கிறான் (சித்ராங்கதன் அதற்கு முன்பே இறந்துவிடுகிறான்.)

அம்பிகையும் அம்பாலிகையும் தலா ஒரு குழந்தையைப் பெறுகிறார்கள். விசித்திரவீரியனின் உடல் நலம் குன்றி யிருப்பதால் இவர்கள் இருவரும் வியாசர் மூலம் குழந்தை களைப் பெறுகிறார்கள். வியாசரின் தோற்றம் அவர்களைப் பீதிக்குள்ளாக்குகிறது. கூடல் நிகழும்போது ஒருத்தி கண்களை மூடிக்கொண்டுவிடுகிறாள். இன்னொருத்தி அச்சத்தில் வெளிறிப்போகிறாள். குரு வம்சம் தழைப்பதற்கான பலவந்தமான இந்த முயற்சியில் கண்களை மூடிக்கொண்ட அம்பிகை கண்பார்வையற்ற திருதராஷ்டிரைனைப் பெற்றெடுக்கிறாள். வெளிறிப்போன அம்பாலிகை வெளிறிய நிறம் கொண்ட பாண்டுவைப் பெற்றெடுக்கிறாள். சமஸ்கிருதத்தில் பாண்டு என்றால் வெளிறிய நிறம் என்று பொருள். பார்வையிழந்த திருதராஷ்டிரன் காந்தாரியை மணக்கிறான். அவள் தன் கணவனுக்கு இல்லாத பார்வை தனக்கும் வேண்டாம் என்று தன் வாழ்நாள் முழுவதும் கண்களைக் கட்டிக்கொள்கிறாள். காந்தாரியின் தம்பி சகுனி. இவனே பின்னாளில் கௌரவ இளவரசர்களுக்குத் துர்ப்போதனை செய்யும் பாத்திரத்தை வசிக்கிறான். பாண்டு முதலில் குந்தியையும் பின்னர் மாத்ரியையும் மணக்கிறான். போர் தொடங்குவதற்கு வெகு காலம் முன்பே பாண்டுவும் மாத்ரியும் இறந்துவிடுகிறார்கள்.

திருதராஷ்டிரனுக்கும் காந்தாரிக்கும் 100 குழந்தைகள். துரியோதனன், துச்சாதனன் உள்ளிட்ட 99 ஆண்கள், ஒரே ஒரு பெண். அவள் பெயர் துச்சலை. குந்தி தன் திருமணத்திற்கு முன்பே கைவிட்ட கர்ணனைத் தவிர்த்து, அவளுடைய மூன்று புதல்வர்களும் மாத்ரியின் இரண்டு புதல்வர்களும் சேர்ந்து பாண்டவர்கள் என அறியப்படுகிறார்கள். பாண்டவர்கள் ஐவரும் தங்கள் தாயின் கட்டளைப்படி திரௌபதியை மணக்கிறார்கள். அர்ஜுனன் கிருஷ்ணனின் தங்கை சுபத்திரையையும் மணந்துகொள்கிறான். அர்ஜுனனுக்கும் சுபத்திரைக்கும் அபிமன்யு என்ற மகன் பிறக்கிறான். அவன் உத்தரையை மணந்துகொள்கிறான். அபிமன்யு இளவயதிலேயே போரில் இறந்துவிடுகிறான். அப்போது உத்தரை கருவுற்றிருந்தாள். அவளுக்குப் பிறக்கும் குழந்தையின் பெயர் பரீட்சித்து. இவன் மத்ராவதியை மணக்கிறான். இவர்களுடைய மகன் ஜனமேஜயன். இந்த வம்சாவளியைக் குழப்பமில்லாமல் புரிந்துகொள்ள வேண்டுமென்றால் இந்த வம்சப் பயணத்தின் கிளைப் பாதைகளைத் தவிர்த்துவிட்டு இப்படி நேர்கோட்டில் அதை அமைத்துக்கொள்ளலாம். சந்தனு, விசித்திரவீரியன், பாண்டு, அர்ஜுனன், அபிமன்யு, பரீட்சித்து, ஜனமேஜயன். இந்த ஏழு தலைமுறைகளில் மூன்று தலைமுறைகள் போரில் நேரடியாக ஈடுபடுகின்றன. போருக்கு முன்பும் பின்பும் இரண்டு தலைமுறைகள். எனினும் கடைசி இரண்டு தலைமுறைகளின் கதை தொடக்கப் பகுதியான ஆதி பருவத்தில் சொல்லப்படுகிறது. பரீட்சித்து, ஜனமேஜயன், நாக வேள்வி (சர்ப்ப யாகம்) ஆகியவை போருக்கு முன் நடப்பதுபோன்ற தோற்றத்தை இது தருகிறது. போருக்குப் பிறகே மகாபாரதம் இயற்றப்படுவதால் இந்தக் கட்டமைப்பு சாத்தியமாகிறது. ஆனால் மகாபாரதத்தில் குறிப்பிடப்படும் மாபெரும் போரைப் பற்றிய சித்தரிப்பை வரலாறாகக் கொள்வதற்கான சான்றாக இதை எடுத்துக்கொள்ள இயலாது.

முடிவிலிருந்தோ அல்லது நடுவிலிருந்தோ கதையாடலைத் தொடங்குவது கவிதையில், குறிப்பாகக் காவியத்தில் சாத்தியம்தான். பெரும்பாலான மேற்கத்தியக் காவியங்கள் நடுவிலிருந்து தொடங்குகின்றன. ஜனமேஜயனும் பரீட்சித்தும் இந்தப் படைப்பின் தொடக்கத்திலேயே வருவதை அதன் பிறகு வரும் மாபெரும் மாற்றம் (ஒரு யுகம் முடிந்து மற்றொரு யுகம் தொடங்குவது) குறித்த பதிவுகளுக்கு வரலாற்றுப்பூர்வமான நம்பகத் தன்மையை வழங்குவதற்கான உத்தியாகப் பார்க்கலாம். குரு வம்சத்தவர்களில் பீஷ்மர், துரியோதனன், துச்சாதனன் உள்ளிட்ட கௌரவர்கள், கர்ணன் உள்ளிட்ட குந்தியின் நான்கு

புதல்வர்கள், மாத்ரியின் இரண்டு புதல்வர்கள், அபிமன்யு ஆகியோர் போரில் கலந்துகொள்கிறார்கள். இவர்களில் யுதிஷ்டிரன், பீமன், அர்ஜுனன், நகுலன், சகாதேவன் ஆகிய ஐவரைத் தவிர இதர அனைவரும் இறந்துபோகிறார்கள். மேலும் பல மன்னர்களும் இளவரசர்களும் போரில் கலந்து கொள்கிறார்கள். அவர்கள் படைகளும் முற்றிலுமாக அழிந்து போகின்றன. குரு வம்சத்து இளவரசர்களின் ஆசிரியர்களும் (குல குரு கிருபரைத் தவிர) போரில் கொல்லப்படுகிறார்கள். அவர்கள் முற்றிலுமாக அழிந்துபோகின்றனர். போருக்குப் பிறகு மூத்த தலைமுறையைச் சேர்ந்த குந்தி, காந்தாரி, திருராஷ்டிரன், விதுரன் ஆகியோர் காட்டுக்குச் சென்று காட்டுத் தீயில் சிக்கி உயிரிழக்கிறார்கள். அர்ஜுனனின் தேரோட்டியாகப் போரில் கலந்துகொள்ளும் கிருஷ்ணன் 68 ஆண்டுகள் கழித்து யாதவர்களின் அராஜகத்தின் விளைவாகத் தன்னுடைய சொந்த நாட்டிலேயே உயிர் துறக்கிறான். கிருஷ்ணனின் மரணத்திற்குப் பிறகு பாண்டவர்களும் அவர்கள் மனைவியும் வடக்கு நோக்கிப் பயணமாகிறார்கள். ஒரு நாயும் அவர்களைப் பின்தொடர்கிறது. மலைகளை நோக்கிச் செல்லும் அந்தப் பயணத்தில் யுதிஷ்டிரன் அல்லது தருமராஜனைத் தவிர அவர்கள் அனைவரும் ஒவ்வொருவராக கீழே விழுந்து உயிர் துறக்கிறார்கள். பிறகு அவர்கள் சொர்க்கத்தில் ஒன்றிணைகிறார்கள். இப்படியாகப் போரின் கதை முடிவுக்கு வருகிறது.

●

பகுதி 2

சக்கரம்

புராணமும் தர்மமும்

பெரும்பாலான காவியங்களில் காவியத்தை வெற்றிகரமாக நிறைவுசெய்ய இயற்கைக்கு அப்பாற்பட்ட அம்சங்கள் துணைபுரிகின்றன. மகாபாரதத்தில் தெய்வீக அம்சம் அதிகாரத்தைச் சமனப்படுத்துவதற்குப் பயன்படுகிறது. முடிவெனத் தோற்றம் கொள்ளும் ஒவ்வொன்றின் மகிமையையும் மறுக்கும் முடிவற்ற செயலாக அமைகிறது. கங்கை பூமிக்கு வரும்போது இந்தக் கதையின் முதல் தலைமுறையைச் சேர்ந்த சந்தனு அவளைச் சந்திக்கிறான். மகாபாரதத்தின் ஒவ்வொரு நிகழ்விற்கும் ஒவ்வொரு பாத்திரத்திற்கும் இருப்பதைப் போலவே இதற்கும் பின்கதை ஒன்று உள்ளது. இக்ஷ்வாகு வம்சத்தைச் சேர்ந்த மன்னன் மகாபிஷன் ஒருமுறை பிரம்மனின் அவைக்குச் சென்றிருந்தான். அங்கே கங்கா தேவியும் இருந்தாள். அப்போது காற்று வீசியதில் அவள் ஆடைகள் கலைந்து அவளுடைய உடல் உறுப்புகள் வெளிப்பட்டன. அதைக் கண்ட அனைவரும் தலையைத் தாழ்த்திக்கொள்ள, மகாபிஷன் மட்டும் அவளையே பார்த்துக்கொண்டிருந்தான். கங்கா தேவியும் அவன் பார்வையை ரசித்தாள். பிரம்மா இருவர்மீதும் கோபம் கொண்டார். இத்தகைய தவறான நடத்தைக்காக அவள் மனிதர்களின் உலகிற்குச் செல்ல வேண்டும் என்று சபித்தார்.

பின்னாளில் ஒருமுறை குரு வம்சத்தின் மன்னன் பிரதீபன் தியானத்தில் இருந்தபோது கங்கை அவனுடைய வலது மடியின் மீது வந்து அமர்ந்தாள். பொது வழக்கத்தின்படி வலது மடி மகளுக்கானது; இடது மடி மனைவிக்கானது. தன்னைத் திருமணம் செய்துகொள்ளும்படி கங்கை பிரதீபனைக் கேட்டுக்கொண்டாள். அவள் வலது மடியில் உட்கார்ந்ததால் அவளைத் தன் மருமகளாக ஏற்பதாகவும் அவள் தன் மகன் சந்தனுவைத் திருமணம் செய்துகொள்ள வேண்டும் என்றும் பிரதீபன் கூறினான். அவள் அதற்கு ஒப்புக்கொண்டாள். பிரம்மா கொடுத்த சாபத்திற்கான பரிகாரமாக இது அமைந்தது. தன்னுடைய செயல்களைப் பற்றிக் கேள்வி கேட்கக் கூடாது என்னும் நிபந்தனையுடன் அவள் சந்தனுவைத் திருமணம் செய்துகொண்டாள். எனவே அவள் தனக்குப் பிறந்த முதல் ஏழு குழந்தைகளுக்கும் 'விடுதலை' அளிக்க முடிந்தது. எட்டாவது குழந்தை பிறந்தபோது சிக்கல் முளைத்தது. சந்தனுவின் ஆட்சேபத்தால் அக்குழந்தை உயிர் பிழைத்தது. சந்தனு தன்னை எதிர்த்துக் கேள்வி எழுப்பியதால் கங்கை அவனை விட்டுப் பிரிந்தாள். தேவவிரதன் எனப் பெயர்கொண்ட அந்த எட்டாவது மகன் பின்னாளில் பீஷ்மன் என்ற பெயரைப் பெற்று நீண்ட காலம் வாழ்ந்திருந்தான்.

போர்க்களத்தில் பீஷ்மரின் திறமைகளும் ஞானமும் கிருஷ்ணரின் ஞானத்தாலும் பார்வையாலும் எதிர்கொள்ளப் படுகின்றன. கிருஷ்ணரும் தன் அன்னை தேவகியின் எட்டாவது குழந்தை. முதல் ஆறு குழந்தைகளைக் கம்சன் கொன்று விடுகிறான். ஏழாவது குழந்தை பலராமன் தப்பித்தாலும் தனியாக வளர்க்கப்படுகிறான். எட்டாவது குழந்தையான கிருஷ்ணன் கம்சனைப் பழிவாங்குகிறான். சிறு வயதிலிருந்தே கிருஷ்ணனுக்குத் தெய்வீக ஆற்றல்கள் இருப்பது தெரிகிறது. பீஷ்மரும் கிருஷ்ணரும் போர்க்களத்தில் எதிரெதிர் அணிகளில் நிற்கிறார்கள். இருவருமே போர் முடியும்வரை உயிருடன் இருக்கிறார்கள். போரால் ஏற்படும் பேரழிவைக்கண்டு திகைத்துப் போகிறார்கள்.

போரின் கடைசி நாளான 18ஆம் நாளன்று துரியோதனனுக்கும் பீமனுக்கும் இடையில் பெரும் மோதல் நிகழ்கிறது. தான் விரும்பும் ஆயுதத்தைத் தேர்வுசெய்து கொள்ளும்படி துரியோதனன் பீமனிடம் சொல்கிறான். பீமன் கதையைத் தேர்வுசெய்கிறான். துரியோதனனின் உடல் அவனுடைய அன்னை காந்தாரியின் ஆசீர்வாதத்தால் தகர்க்க முடியாததாக ஆகியிருப்பதைக் கிருஷ்ணர் அறிவார். ஹோமரின் காவியத்தில் வரும் அகிலஸின் உடலைப் போல எனினும்

அந்த ஆற்றலில் ஒரு பலவீனம் உள்ளது. தன் அன்னையிடமிருந்து அந்த வரத்தைப் பெற்றபோது அவன் உடலில் ஆடை ஏதுமின்றி இருந்தாலும் பிறப்புறுப்பை மறைப்பதற்கு மட்டும் இலைகளைக் கோவணம்போல அணிந்திருந்தான். அந்தப் பகுதி மட்டும் 'பாதுகாக்கும் ஆற்றல்' அற்றது. கதா யுத்தத்தின் விதிகளின்படி கிருஷ்ணர் விதியை மீறித் தொடையில் தாக்கும்படி பீமசேனனிடம் சொல்கிறார். பீமனும் அவ்வாறே செய்ய, தொடைகளில் அடிபட்டு வீழும் துரியோதனன் இறந்து போகிறான். கிருஷ்ணனின் அண்ணன் பலராமன்தான் துரியோதனன், பீமன் ஆகிய இருவருக்கும் கதாயுத்தம் கற்றுக்கொடுத்தவர். பீமனின் முறைகேடான செயலைக் கண்டு கோபம்கொள்ளும் பலராமன் பீமன்மீது கோபம் கொள்கிறார். இங்கே முடிந்திருக்க வேண்டிய யுத்தம் தொடர்கிறது.

அடுத்த மோதல் வியாசரின் ஆசிரமத்திற்கு அருகே அர்ஜுனனுக்கும் அஸ்வத்தாமனுக்கும் இடையே நடக்கிறது. எதிரியின் வலிமையை அறிந்த இருவரும் பிரம்மாஸ்திரத்தைப் பயன்படுத்த முடிவு செய்கிறார்கள். அஸ்வத்தாமன் முதலில் அதைப் பிரயோகிக்க, அதை எதிர்கொள்வதற்காக அர்ஜுனனும் பிரம்மாஸ்திரத்தை ஏவுகிறான். இந்த அஸ்திரங்களால் உலகிற்கு ஏற்படக்கூடிய பேரழிவை அறிந்த வியாசர் ஏவிய அஸ்திரங் களைத் திரும்பப் பெற்றுக்கொள்ளுமாறு இருவரிடமும் கூறுகிறார். பிரம்மாஸ்திரத்தைத் திரும்பப் பெறுவது எப்படி என்று அர்ஜுனனுக்குத் தெரியும். அவன் திரும்ப பெற்றுக் கொள்கிறான். அஸ்வத்தாமனுக்குத் தெரியாது. எனவே, அந்த அஸ்திரத்தின் இலக்கை மாற்றும்படி வியாசர் சொல்கிறார். அஸ்வத்தாமன் அபிமன்யுவின் குழந்தை வளர்ந்துகொண்டி ருக்கும் உத்தரையின் கர்ப்பத்தில் அதை ஏவுகிறான். அஸ்வத்தாமனின் தகாத செயலால் கோபம் கொண்ட வியாசர் அவன் நெற்றியில் பதிந்திருக்கும் வைர மணியைப் பிய்த்தெடுத்துக் கிருஷ்ணனிடம் கொடுக்கும்படி கட்டளையிடு கிறார். அதை எடுத்தால் என்றென்றும் ஆறாத காயம் ஏற்படும். அதிலிருந்து நிற்காமல் குருதி வடிந்துகொண்டே இருக்கும். புராணங்கள் கூறும் ஏழு சிரஞ்சீவிகளில் (மரணமற்றவர்கள்) அஸ்வத்தாமனும் ஒருவன். தன் நெற்றியில் பதிந்திருக்கும் மணியை எடுத்துக் கொடுத்துவிட்டு அவன் காட்டுக்குச் சென்று விடுகிறான். ஆறாத காயத்துடன் வனத்தில் சுற்றித் திரிகிறான். இயற்கைக்கு அப்பாற்பட்ட அம்சங்கள் கதையை நகர்த்திச் செல்வதில் திட்டவட்டமான பங்கை வகிக்கும் பல்வேறு கட்டங்கள் மகாபாரதத்தில் உள்ளன.

புராணங்களைப் படிக்கும்போது இவையெல்லாம் நடந்திருக்குமா என்ற கேள்வி எழுவதில்லை. கவிஞர் கோலரிட்ஜ் குறிப்பிட்டதுபோல, “சந்தேக உணர்வை விரும்பியே கைவிடும்”[45] மனநிலைக்குச் சென்றுவிடுகிறோம். புராண உலகில் தெய்வங்களும் பேய்களும் ஆவிகளும் மனிதர்கள், விலங்குகள், தாவரங்கள், மீன்கள், பறவைகள் ஆகியவற்றுடன் உரையாடலாம். பல்வேறு உயிரினங்கள் வாழும் அந்த உலகில் காலம், வெளி ஆகிய எல்லைகள் கிடையாது. எனினும் புராணங்கள் மாயத் தோற்றங்கள் அல்ல. கற்பனையின் வெளிப்பாடுகளும் அல்ல. மாயத் தோற்றங்களும் கற்பனைகளும் தனிநபர் சார்ந்தவை. அவை நிகழும் தருணத்தில் மட்டுமே இருப்பவை. புராணங்களை ஒட்டுமொத்த சமூகமும் ‘நிஜம்’ என்று ஏற்றுக்கொள்கிறது. இந்த ஏற்பு (Given) நூற்றாண்டுகளாகத் தொடரக்கூடும். ஒட்டுமொத்த நாகரிகத்தின் கூட்டுக் கனவு என்று இவற்றைச் சொல்வது சரியாக இருக்கும்.

19ஆம் நூற்றாண்டின் தொடக்கத்தில் உலகின் பல்வேறு பகுதிகளையும் சேர்ந்த புராணக் கதைகளை நூல் வடிவில் கொண்டுவரும் போக்கு ஐரோப்பாவில் நிலவியது. இதனால் அந்தக் கதைகளின் மீது அறிவியல்ரீதியான ஆர்வம் ஏற்பட்டது. சிக்மண்ட் ஃப்ராய்ட், கார்ல் யூங் முதலானோரின் அலசல்கள் வெளியாக இவை காரணமாக அமைந்தன. புராணங்கள் ஒரு சமூகத்தின் கூட்டு ஆர்வங்கள், பதற்றங்கள், அச்சங்கள் ஆகியவற்றைப் பிரதிநிதித்துவப்படுத்துகின்றன என அவர்களுடைய ஆய்வுகள் கூறின. தகாத உறவுகள் என்று சொல்லத்தக்க பாலுறவுகள் பற்றியும் பாலுறவில் இருக்கும் அதீத ஈடுபாடு குறித்தும் தன்னுடைய கோட்பாட்டை விளக்குவதற்கு ஃப்ராய்ட் கிரேக்கப் புராணங்களின் பாத்திரங்களைப் பயன்படுத்திக்கொண்டார். எலக்ட்ரா காம்ப்ளெக்ஸ், ஈடிபஸ் காம்ப்ளெக்ஸ் ஆகியவை குறித்த அலசலில் அவர் உளவியல் – மருத்துவரீதியான முடிவுகளை நிறுவுவதற்குப் புராணங்களைப் பயன்படுத்துகிறார். யூங் இன்னும் ஒரு படி மேலே சென்று, புராணக் கதாபாத்திரங்கள், கதைக் கூறுகள் ஆகியவற்றின் வடிவில் மானுட இயல்புகளின் வார்ப்புருக்கள் என்னும் கோட்பாட்டை அறிமுகப்படுத்தினார். மகாபாரதம் புராணக்

---

45. கவிதை யதார்த்தமாக இருக்க வேண்டும் என்று எதிர்பார்க்கப்படுவதில்லை என்பதைக் குறித்தும், இலக்கியப் பிரதியின் அழகியல் கட்டமைப்பின் அடிப்படையில் வாசகர்கள் மாற்று யதார்த்தங்களைக் கட்டமைத்துக்கொள்வது பற்றியும் பிரிட்டிஷ் மிகு உணர்ச்சிக் கவிஞர் எஸ்.டி. கோலரிட்ஜ் (Coleridge) முன்வைத்த கூற்று இது. See ‘Chapter XIV’, Biographia Literaria, 1817,.

கூறுகளைத் தாராளமாகப் பயன்படுத்துகிறது. அதிலுள்ள பல கதாபாத்திரங்கள் சாபங்களையோ வரங்களையோ பெறுகின்றன. இந்தச் சாபங்கள் அல்லது வரங்கள் கதையை முன்னகர்த்திச் செல்கின்றன. பாண்டு, கிருஷ்ணன், கர்ணன், அர்ஜுனன் ஆகியோர் சாபங்களைப் பெறுகிறார்கள். பீஷ்மர், சாவித்திரி, குந்தி, சஞ்சயன் ஆகியோர் சிறப்பான வரங்களைப் பெறுகிறார்கள். திரௌபதி துகிலுரியப்பட்டபோதும் ஜயத்ரதன் கொல்லப்பட்டபோதும்[46] கிருஷ்ணனின் தலையீடு போன்ற தெய்வீக அம்சங்கள் கதையை முன்னகர்த்திச் செல்ல உதவுகின்றன. தேவர்கள், கந்தர்வர்கள், ராட்சசர்கள், தைத்யர்கள் (பாதாளலோக வாசிகள்) மனிதர்களின் உலகிற்குள் அவ்வப்போது வருகிறார்கள். மனிதர்களும் இந்திர லோகம் போன்ற இடங்களுக்குச் செல்கிறார்கள்.

சமூக அறிவியலாளர் யாரேனும் மகாபாரதத்தில் புராணத் தன்மை செயல்படும் விதத்தை ஆய்வு செய்திருக்கிறாரா என்று எனக்குத் தெரியவில்லை. ஃப்ராய்ட், யூங் ஆகியோரின் கோட்பாடுகளைக் கொண்டு இதை ஆய்வுசெய்ய இயலும் என்று நினைக்கிறேன். மகாபாரதத்தின் புராணிகத் தன்மைகளை 'உண்மை' என்று கருதுபவர்களின் உளவியலைப் புரிந்துகொள்ள இது உதவக்கூடும். ஆனால் மகாபாரதக் காவியத்தைப் புரிந்துகொள்ள இந்த முறை இதேபோலப் பயன்படாமல் போகலாம். எனவே, மகாபாரதக் கதைக்கு உயிர் கொடுக்கும் புராணிக உலகிற்கு ஏதேனும் நோக்கம் இருக்கிறதா, கதையின் முக்கியமான கட்டங்களில் புராணிகக் கூறுகளைப் பயன்படுத்த வேண்டியது அவசியம் என அந்தக் கதையை எழுதியவர்கள் ஏன் நினைத்தார்கள் என்பவற்றை ஆராய்வது பலனுள்ளதாக இருக்கும் என்று நினைக்கிறேன்.

மகாபாரதம் புராணிக அம்சங்களை இலக்கிய உத்தியாகப் பயன்படுத்தவில்லை; அது புராணத்தை உருவாக்குகிறது; அது தன்னளவில் புராணத்தின் நீட்சியாகவே உள்ளது என்பதை இங்கே குறிப்பிடுவது முக்கியமானது. மகாபாரதப் போர் முழுக்க முழுக்கக் கற்பனை என்று சொல்வதாக இதற்குப் பொருள் அல்ல. மகாபாரதம் கடந்த கால நிகழ்வுகளை நினைவுபடுத்தும் இதிகாசம் (வரலாறு) என்பதில் ஐயமில்லை. வரலாற்றைச் சொல்லும்போது அதில் கண்ணியத்தையும் மகத்துவத்தையும் வரலாற்றையும் உயர்ந்த நிலையில் கூட்டும்

---

46. ஜயத்ரஜன் சிந்து நாட்டின் அரசன். கௌரவர்களின் தங்கை துச்சலையின் கணவன். அபிமன்யுவின் மரணத்திற்குக் காரணமான இவனைக் கொல்வதாக அர்ஜுனன் சபதம் செய்கிறான்.

நோக்குடன், எப்போதும் நிகழ்காலம்போலத் தோற்றம் கொள்கிற காலங்களைக் கடந்ததொரு வெளியைச் சேர்ந்ததாக அதை ஆக்குவதற்காக அதில் பிற அம்சங்கள் சேர்க்கப்பட்டிருக்கின்றன. இதற்காகவே ஒவ்வொரு பாத்திரமும் ஒவ்வொரு நிகழ்வும் பெருமளவில் அசாதாரணத் தன்மைகொண்டதாக அமைக்கப்பட்டுள்ளன. மானுட வெளி, மானுடக் காலம் ஆகியவற்றின் யதார்த்தங்களுக்குள் இவை இயங்குவதில்லை. பரதனின் அன்னை சகுந்தலை மரணமற்ற வாழ்வைக்கொண்ட தேவலோகத்து அப்சரஸாகச் சித்தரிக்கப்படுகிறாள். அவளுடைய கணவனான துஷ்யந்தன் என்னும் பூவுலக மன்னன் அடிக்கடி இந்திர லோகத்திற்குச் செல்வதாகக் காட்டப்படுகிறான். தன்னுடைய வருங்கால மனைவியைச் சந்திக்கும்போது சந்தனு மரணமில்லா வாழ்வு கொண்டவர்களில் ஒருவனாகவே தோற்றமளிக்கிறான். கங்கையால் தன் விருப்பம்போல இந்திரலோகத்திற்குச் செல்ல முடிகிறது. தேவலோகத்தில் அவளிடமே வளரும் அவளுடைய மானுடக் குழந்தை மனிதர்கள் அதுகாறும் பெற்றிருந்த அனைத்து அறிவையும் பெறுகிறான். அடுத்த தலைமுறையைச் சேர்ந்த குந்தி வரத்தின் விளைவாகப் பிறக்கிறாள். அவளுடைய நான்கு குழந்தைகளும் கடவுளர்களுக்குப் பிறந்தவர்கள். குந்தி கற்றுத்தந்த மந்திரத்தின் மூலம் மாத்ரி இரட்டைக் குழந்தைகளைப் பெறுகிறாள். மாத்ரியுடன் கூட முயலும் பாண்டு சாபத்தினால் இறக்கிறான். திருதராஷ்டிரன் யதார்த்தத்திற்குப் புறம்பாக, புராணங்களில் மட்டுமே சாத்தியமாகும் விதத்தில் 100 குழந்தைகளைப் பெறுகிறான். கிருஷ்ணன் அதிசய ஆற்றல்கள் நிறைந்த தெய்வப் பிறவியாகவே இருக்கிறான். தன்னுடைய மரணம் எப்போது நிகழ வேண்டும் என பீஷ்மரால் தீர்மானிக்க முடியும். சூரியன் தன்னுடைய வடதிசைப் பயணத்தைத் தொடங்கும் உத்தராயண புண்ணிய காலத்தில் இறக்க வேண்டும் என விரும்பும் அவர் அதுவரையிலும் அம்புப் படுக்கையிலேயே படுத்திருக்கிறார். சூரியனின் மகனான கர்ணன் சிறப்பான வரங்களையும் உயிரைக் கொல்லும் சாபங்களையும் பெறுகிறான். அபிமன்யு தாயின் கருவில் இருக்கும்போதே மிகக் கடினமான போர் வியூகத்தைக் கற்றுக்கொள்கிறான். பெரும் நெருக்கடியில் சிக்கும்போது திரௌபதியால் கிருஷ்ணனைப் பிரார்த்தனை செய்து வரவழைக்க முடிகிறது. கௌரவர்கள் அவளைத் துகிலுரிய முயலும்போது இழுக்க இழுக்க முடிவின்றி வந்துகொண்டே இருக்கும் ஆற்றலை அவள் சேலைக்குக் கிருஷ்ணன் தருகிறான்.

ஒவ்வொரு பாத்திரமும் யதார்த்த உலகிலிருந்தும் வெளியிலிருந்தும் விலக்கப்பட்டு, வேறொரு உலகைச்

சேர்ந்ததாக ஆக்கப்படுகின்றன. இந்தப் பாத்திரங்கள் வரலாற்று மனிதர்களாக அல்லாமல் புராணக் கதாபாத்திரங்களாகத் தோற்றமளிக்கிறார்கள். இதற்கான உதாரணங்களை அடுக்கிக்கொண்டே போகலாம். ஹோமரின் காவியங்களில் புராதன கிரேக்கப் புராணங்களுக்கும் ஏஜியன் கடலைச் சுற்றி இருந்த பகுதியின் வரலாற்றுக்கும் இடையிலான தொடர்பு குறைந்துகொண்டேவருவது மையப் பிரச்சினைகளாக இருக்கிறது. வியாசரின் காவியம் துணைக்கண்டத்தின் அரசியல் வரலாற்றைப் புராண காலத்தைச் சேர்ந்ததைப் போலச் சித்தரிக்கிறது. வரலாற்றை நிறுவுவதற்காகப் புராணத்தைப் பயன்படுத்தாமல் புராணத்திற்கு உயிரூட்டுவதற்காக வரலாற்றைப் பயன்படுத்தும் திறன் மகாபாரதத்தின் தொடர்ச்சிக்கும் அதன் மயக்கும் வசீகரத்திற்குமான காரணங்களில் ஒன்று. மகாபாரதத்திற்குப் பிறகு வரும் எல்லா வரலாற்றுக் கட்டங்களிலும் இந்தியர்கள் மகாபாரதத்தி லிருந்தும் ராமாயணத்திலிருந்துமே தங்களுக்கான புராணக் கூறுகளைப் பெரும்பாலும் எடுத்துக்கொள்கிறார்கள். இந்த இதிகாசங்களைக் காட்டிலும் புராதனமான ரிக் வேதத்திலிருந்து அவர்கள் எடுத்துக்கொண்டிருக்கலாம். இதிகாசங்களுக்குப் பின்னால் எழுதப்பட்ட புராணங்களிலிருந்து எடுத்துக்கொண்டிருக்கலாம். என்றாலும் புராணங்களில் 'நம்பத்தகுந்த' கதையாடல்கள் இல்லாததால் அவை நம்பகத் தன்மையை இழக்கின்றன. புராணங்களின் கதையாடல்கள் நம்புவதற்குக் கடினமானவை என்பதும் அவை வேண்டு மென்றே மிகையான தொனியைக் கொண்டவை என்பதும் புராணங்களைப் படிப்பவர்களுக்குத் தெரியும். எல்லாக் காலகட்டங்களைச் சேர்ந்தவர்களும் இதை அறிவார்கள். மகாபாரதம் இந்த ரகத்தைச் சேர்ந்ததல்ல. அதில் புராணக் கூறுகள் இடம்பெற்றிருந்தாலும் அதை மிகப் பண்டைய காலத்தைச் சேர்ந்த ஒரு வகையான வரலாறாகவே பார்க்கிறார்கள்.

மகாபாரதப் போர் சுமார் 5,000 ஆண்டுகளுக்கு முன்பு நடந்தது என்றும் சுமார் 4,000 ஆண்டுகளுக்கு முன்பு மகாபாரதம் இயற்றப்பட்டது என்றும் தவறான கருத்து பரவலாக உள்ளது. வரலாற்றைப் புராணத் தன்மைகொண்டதாக ஆக்கும் அலாதியான முறையால் இந்தக் கருத்து உருவாகிறது. வியாசர் அளவிற்கு அனைவரும் ஏற்றுக்கொள்ளும் விதத்தில் யாராலும் இதைச் செய்ய முடியாது. அவர் இந்தக் காவியத்தை எழுதிப் பல நூற்றாண்டுகள் கழிந்த பிறகும் யாரும் அவரைத் தாண்டிச் செல்ல முடியவில்லை என்பது இருக்கட்டும், அவருக்கு இணையாகக் கூட இதைச் செய்ய முடியவில்லை. போரில் அர்ஜுனன்,

துரோணரைக் கொல்ல விரும்புகிறான். ஆனால் தந்திரத்தின் உதவியில்லாமல் அதைச் செய்ய முடியவில்லை. அப்போது கிருஷ்ணன் அஸ்வத்தாமன் என்ற பெயர் கொண்ட யானையைக் கொல்ல ஏற்பாடு செய்து, அஸ்வத்தாமன் இறந்துவிட்ட செய்தி துரோணரின் காதுகளை எட்டச் செய்கிறான். அஸ்வத்தாமன் இறந்துவிட்டானா என்று துரோணர் யுதிஷ்டிரனைக் கேட்கிறார். எப்போதும் உண்மையே பேசுவதற்குப் பேர்போன யுதிஷ்டிரன் கிருஷ்ணனின் தூண்டுதலால் 'ஆமாம், ஆனால் அது மனிதனா யானையா என்பது தெரியாது' என்று பதில் சொல்கிறான். அந்த பதில் எதிர்பார்த்த பலனை அளிக்கிறது. பாண்டவர்களின் நோக்கம் நிறைவேறுகிறது. மகாபாரதம் புராணமா, வரலாறா என்று முடிவுசெய்ய ஒருவர் முயன்றால் அது இரண்டும்தான் என்பதே பதிலாக இருக்க முடியும். அந்த அளவிற்கு இரண்டும் ஒன்றுடன் ஒன்று பின்னிப் பிணைந்துள்ளன. இவை இரண்டில் ஏதேனும் ஒன்றாக அதைக் கொள்வது பயனற்ற வேலை. ஏனென்றால் அது இரண்டுமேதான். ஒரே சமயத்தில் அது இரண்டுமாகவும் உள்ளது.

புராணத்தில் ஒரு கதை உள்ளது. ஆனால் அந்தக் கதை சாத்தியப்பாடுகளின் விதிகளால் தீர்மானிக்கப்பட வேண்டும் என்பதில்லை. எனவே, கதையாடலின் கட்டமைப்பிற்குள் பிறரும் புதிய அடுக்குகளைச் சேர்க்கலாம். இப்படித்தான் மகாபாரதம் பல நூற்றாண்டுகளில் பல விதங்களில் மீண்டும் மீண்டும் சொல்லப்பட்டு வந்திருக்கக்கூடும். மூலத்திற்குப் பெரிய பாதிப்பு எதுவும் ஏற்படுத்தாமல் புதிய அம்சங்கள் சேர்க்கப்பட்டிருக்கக்கூடும். மகாபாரதத்தின் 'ஆய்வுப் பதிப்பு'ம் பெரும்பாலான மகாபாரத வடிவங்களும் சந்தனு கங்கையைச் சந்திக்கும் நிகழ்வைக் குறிப்பிட்ட ஒரு விதத்தில் சொல்கின்றன. ஆனால் இதை வேறு விதமாகவும் சொல்லலாம். ராஜஸ்தானி மொழியில் உள்ள மகாபாரதத்தில் இந்தப் பகுதி இப்படி உள்ளது:

> ஒரு தவளை கங்கை ஆற்றுக்குச் செல்ல விரும்புகிறது. போகும் வழியில் ஒரு மாடு அதைத் தாக்கி பலத்த காயத்தை ஏற்படுத்திவிட்டது. குற்றுயிராக இருந்த அந்தத் தவளையின் ஆன்மா ஒரு வியாபாரியின் குடும்பத்தில் பிறக்கவிருந்த குழந்தையின் உடலில் சென்று புகுந்துகொள்கிறது. அந்தக் குழந்தை பிறந்து வளர்ந்து பெரியவனாகிறான். தன்னுடைய குடும்பத்தின் தொழில் அவனுக்குப் பிடிக்கவில்லை. எனவே அவன் இந்திரனைச் சந்தித்து வேலை கேட்கிறான். ஒன்றுமே தெரியாத அவனுடைய ஆசையைக் கண்டு இந்திரன் வியப்படைகிறான். உன்னை என் ஆலோசகராக

வைத்துக்கொள்ளட்டுமா என்று பரிகாசமாகக் கேட்கிறான். அந்த இளைஞன் அதை ஏற்றுக்கொள்கிறான். ஆனால் ஒப்புக்கொண்ட அளவுக்குப் பெரிய சம்பளத்தை இந்திரன் தரவில்லை. ஒருநாள் காலையில் அந்த இளைஞன் தன் வீட்டு வாசலில் உட்கார்ந்தபடி குச்சியை வைத்துப் பல் துலக்கிக்கொண்டிருக்கும்போது சாலைகளைச் சுத்தம் செய்துகொண்டிருக்கும் பெண்ணைப் பார்க்கிறான். பார்த்ததும் அவளைப் பிடித்துப்போகிறது. அவளை நெருங்கும் அவன், "நீ என் சகோதரி. உனக்கு நான் என்ன தர வேண்டும் என்று சொல்" என்றுதான் சொல்கிறான். "என்னிடம் நல்ல துணிகள் இல்லை. எனக்கு நல்ல துணிமணிகளைக் கொடுத்தால் மகிழ்ச்சி அடைவேன்" என்கிறாள் அந்தப் பெண். இந்திரனின் வீட்டில் திருடிய தங்கத்தாலான உடைகளை அவளுக்குக் கொடுக்கிறான். அந்தப் பெண் சில நாட்களுக்குப் பிறகு இந்திரனின் நகரமான இந்திரப்பிரஸ்தத்திற்குச் செல்கிறாள். அவள் அணிந்திருக்கும் உடைகளைக் கண்டு இந்திரன் கோபமடைகிறான். "இந்த உடைகளை இந்திராணி மட்டுமே அணிய வேண்டும். இந்தப் பெண் எப்படி அணியலாம்? எந்த முட்டாள் இவளுக்கு இந்த உடைகளைக் கொடுத்தது?" என்று கேட்டான்.

அந்த இளைஞன்மீது குற்றம் சுமத்தப்பட்டது. குற்றத்தை விசாரிக்க இந்திர சபை கூடியது. "இந்திராணி மட்டுமே இந்த ஆடைகளை உடுத்தலாம். இதை இன்னொரு பெண்ணுக்கு நீ கொடுத்ததால் உன்னை வேலையை விட்டு நீக்குகிறேன்" என்று இந்திரன் கட்டளையிடுகிறான். "என்னை வேலையை விட்டு நீக்குகிறீர்கள். ஆனால் எனக்கு இதுவரை சம்பளமே கொடுக்கவில்லையே?" என்கிறான் அந்த இளைஞன். "நான் கணக்கு வைத்துக்கொள்ளவில்லையே" என்கிறான் இந்திரன். பெரிய தொகையை இளைஞனுக்குத் தர வேண்டியிருக்கிறது. இந்திரன் பெரும் பணத்தை நாணயங்களாகக் கொடுக்கிறான். "நான் வீட்டுக்குத் திரும்பிச் செல்ல வேண்டும். ஆனால் அதற்கு முன் நான் ஏன் கங்கையை ஒருமுறை பார்த்துவிட்டுச் செல்லக் கூடாது?" என்று கேட்கிறான். கங்கையை நோக்கி அவன் பயணம் செய்யும்போது அவன் பயணம் செய்த வண்டியை ஓட்டிவந்த மாடுகளில் ஒன்று கீழே விழுந்து இறந்துவிடுகிறது. அப்போது இருட்டிவிட்டிருக்கிறது. அந்த இடத்தைச் சுற்றிலும் வனம். அந்த இளைஞன்

சூரியனைப் பிரார்த்திக்கிறான். அவன் முன் தோன்றும் சூரியன், "எனக்கு லஞ்சம் கொடுத்தால் உன்னைக் காப்பாற்றுவேன்" என்கிறான். தன்னிடமுள்ள நாணயங்களில் பாதியைத் தருவதாக இளைஞன் சொல்கிறான். மாடு உயிர் பிழைக்கிறது. இளைஞன், சிறுவனின் வடிவில் கங்கை ஆற்றை அடைகிறான். கங்கையின் அழகில் மயங்குகிறான். "என்னிடம் உள்ள செல்வத்தையெல்லாம் வைத்துக்கொண்டு நான் என்ன செய்யப்போகிறேன்? அதில் பாதியைக் கங்கையிடம் கொடுக்கப்போகிறேன்" என்று சொல்லிப் பாதிப் பணத்தைக் கங்கையில் போடுகிறான். திரும்பிச் செல்லும் வழியில் சூரியன் அவனைத் தடுத்து நிறுத்துகிறான். "என்னுடைய பங்கு எங்கே?" என்று கேட்கிறான். "உன் பங்கைக் கங்கையிடம் கொடுத்துவிட்டேன். என்னுடைய பங்கு என்னிடம் இருக்கிறது" என்கிறான் அந்தப் பையன். "இது நியாயமல்ல. சுயமரியாதையுள்ள மனிதன் எவனும் இப்படிச் செய்ய மாட்டான். ஓநாயைப் போல நடந்துகொள்கிறாய். எனவே நீ ஓநாயாகக் கடவாய்" என்று சூரிய தேவன் சபிக்கிறான். அந்த இளைஞன் ஓநாயாக மாறுகிறான்.

கோபம் கொண்ட அவன் தனக்கு ஏற்பட்ட இந்தக் கதிக்குக் காரணம் கங்கை என்பதால் அவளைத் துரத்துகிறான். அவனிடமிருந்து தப்பி ஓடும் கங்கை தன் குருவிடம் அடைக்கலம் கோருகிறாள். குருவால் அவளுக்கு நெடுங்காலத்திற்குப் பாதுகாப்பு அளிக்க முடியவில்லை. இருவருக்கும் பல வினோதமான சம்பவங்கள் நடந்த பிறகு கங்கை ஓநாயாக மாறிய அந்த இளைஞனைத் திருமணம் செய்துகொள்ள முடிவுசெய்கிறாள். திருமணத்தின்போது ஓநாய் மனித உருவம் பெறுகிறது. அவன் பெயர் சந்தனு என்பது கதையில் முதல் முறையாக வெளிப்படுகிறது."[47]

கதையின் கட்டமைப்பு புராணிகத் தன்மைகொண்டதாக இருந்தால் எண்ணற்ற கதையாடல் சாத்தியங்கள் பிறக்கின்றன. மகத்தான படைப்பாற்றல் கொண்ட வியாசர் வரலாற்றுப்பூர்வமான கதையாடலைத் தேர்வு செய்யாமல் ஏன் புராண வடிவத்தைத் தேர்ந்துகொண்டார் என்னும் கேள்வி எழுகிறது. வரலாற்றுக் கதையாடலைப் புராணக் கட்டமைப்பிற்குள் பொருத்த வேண்டிய தேவை என்ன என்னும் கேள்வியை இதுவரை விமர்சகர்கள் யாரும் எழுப்பியதில்லை.

---

47. Bhagwandas Patel, 'The Bhil Mahabharata', G. N. Devy (ed.), *Painted Words: An Anthology of Tribal Literature*, Delhi: Penguin, 2003.

அந்த அளவிற்குப் புராணத் தன்மையை அவர் மிக 'இயல்பாக'வும் பிரமிப்பூட்டும் வகையிலும் பயன்படுத்துகிறார். ஆனால், இந்தக் கேள்வியை எழுப்பாமல் இந்தக் காவியத்தைப் புரிந்துகொள்ளத் தொடங்குவது சாத்தியமில்லை. இந்தக் கேள்வியை எழுப்பிய பிறகு, மகாபாரதக் காவியம் அதன் மூலமான வாய்மொழி வடிவில் இயற்றப்பட்ட விதத்திலேயே வரலாற்றுக் கதையாடலைக் கட்டமைப்பதற்கான ஒரு முறைமையை அல்லது கண்ணோட்டத்தை நிலைநிறுத்தி விடுகிறது என்னும் கருத்தை முன்வைக்க விரும்புகிறேன்.

வரலாறு அல்லது கவிஞர் வரலாறாகக் கருதியது இந்தக் கதையாடலின் முக்கியப் பொருண்மையாக இருந்தாலும், வரலாற்றைப் பார்க்கும் முறையும் முக்கியமானதாக – ஒருவேளை கூடுதல் முக்கியத்துவம் கொண்டதாக – இருக்கிறது. நாகரிகம் வேத காலத்திலிருந்து மன்னர் காலத்திற்கு மாறிய மாபெரும் மாற்றத்தையும் துணைக்கண்டத்தில் பல்வேறு வம்சங்கள் ஆதிக்கம் செலுத்தத் தொடங்கியதையும் சொல்லும் வரலாறு இது. கிட்டத்தட்ட ஐந்து நூற்றாண்டுகளாகிய நீண்ட காலப் பொழுதில் இந்த மாற்றம் நிகழ்ந்தது. மிகவும் மாறுபட்ட பண்பாட்டுக் காலகட்டங்களின் உணர்வுகளை ஒன்றாக இணைப்பது எந்தக் கவிஞருக்கும் மகத்தான சவாலாகவே இருக்கும். எனவே புராணிகத் தன்மைகொண்ட கடந்த காலத்தையும் வரலாற்றுத் தன்மைகொண்ட கடந்த காலத்தையும் ஒன்றைக் காட்டிலும் மற்றொன்றை உயர்வானதாகக் கையாளாமல் ஒரே கதையாடலுக்குள் கொண்டுவரக் கவிஞர் தீர்மானித்தார். பாரதத்தை எழுதிய மூலக் கவிஞருக்குக் கடந்த காலம் என்பது கடந்த கால நிகழ்வுகள் மட்டுமின்றிக் கடந்த காலம் குறித்த மனப்பதிவுகளாகவும் இருந்தது. இரண்டையும் பிசிறின்றி அவர் இணைத்தது குருட்சேத்திரப் போர்வரையிலுமான இந்திய நாகரிக வரலாற்றின் மீதான கருத்துரையாகவும் அமைந்திருக்கிறது. உள்ளடக்குதல், ஒன்றிணைத்தல், கூட்டுச்சேருதல், ஏற்றுக்கொள்ளுதல், எவற்றையும் விலக்காமல் முன்னேறிச் செல்லுதல் ஆகிய தனித்த பண்புகளைக்கொண்ட வரலாறு அது.

புராணத்தையும் வரலாற்றையும் இணைத்ததில் பாரதம் பெற்ற வெற்றி இந்தியாவின் வரலாற்று நினைவுகளை வடிவமைத்த முதன்மையான காவியமாக அதை மாற்றியது. வரலாற்றைப் பிரதிநிதித்துவப்படுத்துவதற்கான இந்த அலாதியான வழிமுறையை உருவாக்கியதன் மூலம் கவிஞர் நினைவுகூர்தலில் பன்முக மரபுகளை ஒன்றிணைக்கும் இயல்பை அடுத்து வந்த பல நூற்றாண்டுகளுக்கான வழிமுறையாக

வரையறுத்துவிட்டார். ஏற்றுக்கொள்ளுதல், ஒன்றிணைத்தல், உள்ளடக்குதல் ஆகியவற்றின் மகத்தான கூற்றாக அது அமைந்தது. வர்ண வேறுபாடுகளை முன்வைத்த சாஸ்திரங்கள் போன்ற மற்ற பல சமய நூல்கள் சமூகத்தின் பழைய சம்பிரதாயங்களை வலுப்படுத்தின. மகாபாரதத்தையோ பிராமணர் அல்லாத பிரிவினரும் பயன்படுத்துகிறார்கள், நிகழ்த்துகிறார்கள், மறு ஆக்கம் செய்கிறார்கள். இதை அவர்கள் மிகவும் விரும்புகிறார்கள். போற்றுகிறார்கள். அனைத்தையும் உள்ளடக்கும் மகாபாரதத்தின் இயல்பும் இதற்கு ஒரு காரணம். இன்றளவிலும் அது அடுத்தடுத்த தலைமுறையினரை ஈர்த்துவருகிறது. மகாபாரதம் என்னும் பெரும்பரப்பின் கீழ் பல்வேறு கதையாடல்களைப் பிற்காலக் கவிஞர் ஒன்றிணைத்தபோது இந்தியாவில் வேத மரபின் சிந்தனைகள், சடங்குகள், சமூக – அரசியல் கட்டுமானங்கள் ஆகியவற்றுக்கும் பௌத்தக் கருத்தியல்கள், பார்வைகள், அரசியல் அணிதிரட்டல்கள் *consolidation* ஆகியவற்றுக்கும் இடையில் கடுமையான மோதல் நிகழ்ந்துவந்தது. பாரதக் கதையின் விரிவான வடிவமான மகாபாரதம் தன்னுடைய சமகால விவாதங்களிலிருந்து விலகி நின்று மூலக் கதையின் காவிய நோக்கில் நிலைகொண்டு மகத்தான ஒருங்கிணைப்பின் கவிதையாக உருப்பெற்றது.

புத்தரின் காலத்திலிருந்து வியாசரால் மகாபாரதம் மறுவடிவமைக்கப்பட்ட காலம் வரையிலும் பௌத்தம் ஏற்படுத்திய தாக்கம் வரலாற்றுரீதியாக வலுவாக நிரூபிக்கப் பட்டுள்ளது. உலகம் பற்றிய பார்வையில் வேத மரபுக்கும் பௌத்தத்திற்கும் இடையிலான மோதலின் வரலாறும் அனைவரும் நன்கு அறிந்ததுதான். எனவே மகாபாரதம் முக்கியமான பௌத்தக் குறியீடுகளைத் தன் கதையாடலில் உள்ளடக்கியிருக்கக்கூடிய சாத்தியக்கூறைப் புறம் தள்ளிவிட முடியாது. இது தம்மம் குறித்த கேள்வியையும் சக்கரம் குறித்த மேலும் பெரிய கேள்வியையும் எழுப்புகிறது. காவியத்தின் நோக்கத்தைத் தவறாகப் புரிந்துகொள்ளாமல் இவை இரண்டையும் சரியான கண்ணோட்டத்தில் அணுக வேண்டும். மூலக் கதையிலும் பிறகு சேர்க்கப்பட்ட பகவத் கீதையிலும் கிருஷ்ணன் வகிக்கும் மையப் பாத்திரம், மகாபாரதம் தர்மத்தைப் போதிக்கும் நூல் என்னும் எண்ணத்தை மக்கள் மனங்களில் ஏற்படுத்தியிருக்கிறது. யுதிஷ்டிரனின் இன்னொரு பெயரான தர்மராஜன் இந்த நம்பிக்கையை வலுப்படுத்தி யிருக்கிறது. இத்துடன் கீதையில் உள்ள, பலமுறை மேற்கோள் காட்டப்படுவதால் மிகவும் பிரபலமாகிவிட்ட இரண்டு

சுலோகங்களும் இந்த நம்பிக்கைக்கு வலுச்சேர்க்கின்றன. இயல் 3இல் 35ஆவது சுலோகம் இப்படிச் சொல்கிறது:

ச்ரேயான்ஸ்வதர்மோ விகுண: பரதர்மாத்ஸ்வனுஷ்டிதாத்

ஸ்வதர்மே நிதனம்: ச்ரேய: பரதர்மோ பயாவஹ:

அதன் பொருள்:

நன்றாகச் செய்யப்படும் பர தர்மத்தைக் காட்டிலும் குணமற்றதெனினும், ஸ்வதர்மமே சிறந்தது. ஸ்வதர்மத்தில் இறந்துவிடினும் நன்றேயாம். பர தர்மம் பயத்துக்கிடமானது.[48]

4ஆவது இயலின் 7ஆவது சுலோகம் இப்படிச் சொல்கிறது:

யதா யதா ஹி தர்மஸ்ய க்லாநிர்பவதி பாரத

அப்யுத்தானமதர்மஸ்ய ததாத்மானம் 'ஸ்ரு'ஜாம்யஹம்

அதன் பொருள்:

பார்த்தா! எப்போதெப்போது தர்மம் அழிந்துபோய் அதர்மம் எழுச்சி பெறுமோ, அப்போது நான் என்னைப் பிறப்பித்துக்கொள்ளுகிறேன்.[49]

இந்த சுலோகங்கள் பெற்றுள்ள மகத்தான புகழ், மூலக்கதையான பாரதமும் பல நூற்றாண்டுகளுக்குப் பிறகு தொகுக்கப்பட்ட விரிவுபடுத்தப்பட்ட மகாபாரதமும் இவ்விரண்டு சுலோகங்களையும் கொண்டிருக்கவில்லை என்னும் உண்மையை நாம் காணவிடாமல் தடுத்துவிடக் கூடாது. கதையைத் தொடக்கத்தில் கூறிவந்தவர்களைப் பொறுத்தவரை தர்மம் என்பதன் பொருள் குறிப்பிடத்தக்க அளவில் வேறானதாக இருக்கும். பாரதக் கதையை முதன்முதலில் கேட்டவர்களின் மூதாதையர்களைப் பொருத்தவரை தர்மம் என்னும் சொல் (த்ரு அல்லது த்ரி என்னும் சொல்லில் வேர் கொண்டது) ஒழுங்கு அல்லது இயற்கையின் ஒழுங்கு, வாழ்வை ஒருங்கிணைத்துத் தாங்கி நிற்கும் கண்ணுக்குத் தெரியாத கோட்பாடு அல்லது காலத்தைத் தாங்கி நிற்கும் கோட்பாடு என்னும் பொருளைத் தந்திருக்கும். தெய்வங்களுக்குச் செய்ய வேண்டிய தர்மம் என்னும் கருத்தை அவர்கள் புரிந்துகொண்டிருக்க மாட்டார்கள். படைப்பு சார்ந்த கதையையும் மனிதர்களின் ஆன்மிக நடத்தைக்கான

---

48. பகவத் கீதை 3–35, மொழியாக்கம் பாரதியார்

49. பகவத் கீதை 4–7, மொழியாக்கம் பாரதியார்

பரிந்துரைகளையும் அவர்களால் புரிந்துகொண்டிருக்க முடியாது.

பொது ஆண்டுக்கு முந்தைய 3–5 நூற்றாண்டுகளில் தர்மசூத்திரங்கள் என்று அறியப்படும் பிரதிகள் உருவாக்கப் பட்டன. அதற்கு முன்பு வேதங்களும் உபநிஷதங்களும் மேலே குறிப்பிடப்பட்டுள்ள வேதம் சார்ந்த பொருளிலேயே 'தர்மம்' என்னும் சொல்லைப் பயன்படுத்தின. தர்மசூத்திரங்கள் தொகுக்கப்பட்டதற்கு ஒரு காரணம் இருந்திருக்க வேண்டும் எனத் தோன்றுகிறது. நமது காலத்திற்கு 26 நூற்றாண்டுகள் முன்னதாக, ஆபஸ்தம்பர் என்பவர் முதல் தர்மசூத்திரத்தைத் தொகுத்ததற்கு இரண்டு நூற்றாண்டுகளுக்கு முன்பு கௌதம புத்தரின் சீடர்கள் பாலி மொழியில் சில சூத்திரங்களைத் தொகுத்தார்கள். தர்மசூத்திரங்களை எழுதியவர்களில் மிகவும் பிரபலமானவர்கள் ஆபஸ்தம்பர், கௌதமர், போதாயனர், வசிஷ்டர். கௌதமர், போதாயனர் ஆகிய பெயர்களைக் கௌதம புத்தருடனோ அவருடைய போதனைகளிலிருந்து உருவான பிரதிகளுடனோ குழப்பிக்கொள்ள வேண்டியதில்லை. பௌத்தப் பிரதிகள் குறித்துச் சற்றுப் பின்னால் நான் பேசுவேன். எனினும், இந்தியா முழுவதும் பரவிவந்த வேதத்திற்கு எதிரான சிந்தனையோட்டத்திற்கான எதிர்வினைகளாகவே சமஸ்கிருதத்தில் எழுதப்பட்ட தர்ம சூத்திரங்களைப் புரிந்துகொள்ள வேண்டும் என்பதை இந்தக் கட்டத்தில் சொல்லியாக வேண்டும். புத்தரின் காலத்திலிருந்து தொடங்கி ஆயிரம் ஆண்டுகளுக்கு இந்தியாவில் வேத சிந்தனைகளுக்கும் பௌத்தத்திற்கும் இடையில் மோதல் நிகழ்ந்துவந்தது. இந்த 'தார்மிக மோதல்' தென்னகத்திலும் ஆழமாகப் பரவியது. நான்காம் நூற்றாண்டில் மகத்தான தமிழ்க் கவிஞர் திருவள்ளுவர் திருக்குறள் என்னும் அபாரமான நூலை இயற்றினார். அது திருவள்ளுவருக்கு, ஆறு அல்லது ஏழு நூற்றாண்டுகளுக்கு முன்பு சமஸ்கிருதத்தில் எழுதப்பட்ட தர்மசூத்திரங்களுடன் உள்ளடக்கத்திலும் நோக்கத்திலும் ஒருமித்த தன்மைகளைக் கொண்டது.

தர்மசூத்திரங்கள் ஆங்கிலத்தில் பலமுறை மொழி பெயர்க்கப்பட்டிருக்கின்றன. அவை குறித்த விளக்கங்களும் கருத்துக்களும் அபரிமிதமாய் இருக்கின்றன. ஜார்ஜ் புஹ்லர் ஆபஸ்தம்ப, கௌதம சூத்திரங்களை 1879இல் ஆங்கிலத்தில் மொழிபெயர்த்தார். சில ஆண்டுகளுக்குப் பிறகு போதாயன, வசிஷ்ட சூத்திரங்களை மொழிபெயர்த்தார். இந்தச் சூத்திரங்கள் தனிநபர்களுக்கான நெறிமுறைகள், பிராமணர்களுக்கான சமூக

நடத்தை ஆகியவற்றைப் பற்றியவை. இந்த மொழியாக்கங்கள் வந்த பிறகு இவை குறித்த அறிவார்த்தமான அலசல்கள் நிறைய உருவாகியிருக்கின்றன. பேட்ரிக் ஆலிவெல்லின் (Patric Olivelle) 'தர்மசூத்திரங்கள்: பண்டைய இந்தியாவின் சட்ட விதிகள்' (Dharmasutras: The Law Codes of Ancient India) என்னும் நூல் நான்கு முக்கியமான சூத்திரங்களின் மொழியாக்கத்தையும் அவை குறித்த விமர்சனபூர்வமான அலசல்களையும் கொண்டவை. இந்தச் சூத்திரங்களின் வகை மாதிரி வடிவமைப்பைப் பற்றி ஆலிவெல் இவ்வாறு கூறுகிறார்:

> எல்லா தர்மசூத்திரங்களும் தர்மத்தின் தோற்றுவாய் பற்றிய ஆய்விலிருந்து தொடங்குகின்றன. இந்தப் போக்கு பிறகு வந்த ஸ்ம்ருதிகளிலும் தொடர்கிறது. இப்படித் தொடங்கிய பிறகு ஒவ்வொரு சூத்திரத்தின் வடிவமும் மாறுகிறது. ஆபஸ்தம்ப சூத்திரம்தான் மிகவும் நேரடியான வடிவத்தைக்கொண்டிருக்கிறது. மாணவர்களின் குருகுல வாசமும் கடமைகளும், வீடு திரும்பிய பிறகு இளைஞனாகச் செய்ய வேண்டிய கடமைகள் ஆகிய பகுதிகளைத் தொடர்ந்து உபநயனம் போன்ற சடங்குகள், திருமணம், இல்லறக் கடமைகள் ஆகியவை வருகின்றன. கடைசியில் மன்னனைப் பற்றியும் நிர்வாக நீதிமுறைகளைப் பற்றியும் பேசுகிறது. ஆபஸ்தம்பர் வம்சவிருத்தி, குடும்பத்தின் தொடர்ச்சி, மரபு வழிப்பட்ட தொடர்ச்சி, தத்தெடுத்தல் போன்ற குடும்பத் தலைவனின் கடமைகளுக்குட்பட்ட அம்சங்களைக் கையாள்கிறார். தவம் என்பவை கல்வியை முடித்த மாணவர்களைப் பற்றிய பகுதியில் வருகின்றன. தர்மசூத்திரப் பிரதிகளின் தொடக்கக் காலக் கட்டமைப்பு கிட்டத்தட்ட இப்படித்தான் இருக்கிறது.[50]

சூத்திரங்கள் முன்வைக்கும் பரிந்துரைகள் சாமவேதம், யஜுர் வேதம் ஆகியவற்றிலிருந்து பெறப்பட்டவை. இந்த இரு வேதங்களும் வேத காலத்திற்குப் பிறகு பிராமணர்கள் என்னும் பெயரில் தங்களை ஒன்று திரட்டிக்கொண்ட சமூகத்திற்கானது. பொது ஆண்டுக்கு முந்தைய மூன்று நூற்றாண்டுகளில் தர்மசூத்திரங்கள் நிறைய எழுதப்பட்டன. இவை சமூக, ஒழுக்க, சமய விவகாரங்கள் குறித்த செயல்களுக்கும் சிந்தனைகளுக்குமான விதிமுறைகளை வகுத்தறிந்தன. மனு ஸ்ம்ருதி இவை அனைத்தையும் தொகுத்து, இந்த விதிகளை முறைப்படுத்திச் சமூக-சட்ட விதிகளாக இவற்றை முன்வைத்தது. வர்ணம் என்னும் கருத்தியல் சமூக நெறிமுறைகளுக்கான

---

50. Patrick Olivelle (trans.), *Dharmasutras: The Law Codes of Ancient India*, New Delhi: Oxford University Press, 1999.

அடித்தளமாக ஆகுமளவுக்கு மனு ஸ்மிருதி இதைச் செயல்படுத்தியது. வர்ணங்களுக்கிடையிலான உறவுகள், வர்ண அதிகாரப் படிநிலைகளைப் பராமரித்து நீடிக்கச் செய்வதில் தனிநபரின் கடமைகள், பொறுப்புகள் ஆகியவற்றையும் மனு ஸ்ம்ருதி வகைப்படுத்தியது. தனிநபர்கள் அல்லது பரந்துபட்ட இந்தியச் சமூகத்தின் ஆன்மிக அம்சங்களுக்கு இந்தப் பிரதிகள் முக்கியத்துவம் அளிக்கவில்லை. தர்மசூத்திரங்கள் எழுதப்பட்ட அதே காலகட்டத்தில்தான் மகாபாரதத்தின் விரிவான பிரதியும் தொகுக்கப்பட்டது என்பது நிரூபணமான உண்மை. ஆனால் மகாபாரதக் காவியத்திற்கும் வேதப் பிராமண அறிஞர்களின் தர்மசூத்திரங்களுக்கும் இடையில் வெளிப்படையான பரஸ்பரத் தாக்கம் எதுவும் இருப்பதாகத் தெரியவில்லை. தொடக்க கால வாய்மொழி மரபில் பாரதம் வழங்கப்பட்டுவந்தாலும் தர்மசூத்திரங்கள் குறிப்பிடும் மன்னர்கள், மூதாதையர்களின் வரிசை முற்றிலும் மாறுபட்டதாக உள்ளது. எனவே, பண்டைய பிராமண தர்மசூத்திரங்கள் கூறும் தர்மத்திற்கும் மகாபாரதம் பேசும் தர்மத்திற்கும் அவை எழுதப்பட்ட மொழியைத் தவிர வேறு எந்தப் பொதுத் தன்மையும் இல்லை. இவை இரண்டுமே சமஸ்கிருதத்தில் கிட்டத்தட்ட ஒரே காலகட்டத்தில் எழுதப்பட்டவை என்பதை வைத்துத் தர்மசூத்திரங்கள் பேசும் தர்மத்தைப் பற்றிய பிரதிதான் மகாபாரதம் என்று சொல்லிவிட முடியாது.

சமஸ்கிருதத்தில் உள்ள 'தர்மம்' என்னும் சொல் பண்டைய பாலி மொழியில் உள்ள 'தம்மம்' என்ற சொல்லுக்கு இணையானது. பாலி மொழியில்தான் கௌதம புத்தரின் உரையாடல்கள் முதலில் பதிவுசெய்யப்பட்டன. நிர்வாண (விடுதலை) நிலையை நோக்கி முன்னேறும் தனிமனிதருக்கான மனப் பண்புகளை விவரிக்கத் தம்மம் என்னும் சொல்லைப் புத்தர் பயன்படுத்தினார். அவருடைய போதனைகள் 'பிடகம்' (கூடை அல்லது கொள்கலம்) என அறியப்படும் பிரதிகளில் பதிவுசெய்யப்பட்டுள்ளன. சூத்தபிடகம், வினயபிடகம், அபிதம்மபிடகம் ஆகியவை மூன்று முக்கியமான பிடகங்கள். இந்த மூன்றில் முதலாவது பகுதிகளில் புத்தர் வகுத்துள்ள நியதிகள் உள்ளன. இது தம்மபதம் என அறியப்படுகிறது. இது 26 பகுதிகளில் 400க்கும் மேற்பட்ட கட்டளைகளைக் கொண்டுள்ளது. இந்தப் பிரதி ஒரு தனி நபரின் ஆன்மிகப் பயணத்தின் அடுத்தடுத்த கட்டங்களை முன்வைக்கிறது. இந்தக் கட்டங்களைக் கடந்து சென்று 'மரணமில்லாத வாழ்வு' பெறலாம் என்கிறது. சில நூற்றாண்டுகளுக்குப் பிந்தைய பிராமணிய மரபில் உருவான தர்மசூத்திரங்களிலிருந்து இது முற்றிலுமாக மாறுபடுகிறது.

புத்தர் இப்படிக் குறிப்பிடுகிறார்:

> *தலையை மழித்துக்கொள்வதன் மூலமோ பிறப்பின் மூலமோ ஒருவர் பிராமணராகிவிட முடியாது. உண்மையும் அனைத்து உயிர்கள் மீதான அன்பும் நிறைந்திருக்கும் இதயம்தான் ஒருவரைப் பிராமண ராக்கும். தலையை மழித்துக்கொள்வதால் என்ன பயன்? உங்கள் மனம் ஆசையால் பொங்கிக்கொண்டிருக்கும் போது தியானம் செய்வதற்காக அமரும் மான் தோலினால் என்ன பயன்? காவி உடையும் புறத்தோற்றமும் ஒருவரைப் பிராமணராக்கிவிடாது; மனதையும் புலன்களையும் தியானப் பயிற்சியின் மூலம் பயிற்றுவிப்பதன் மூலம் ஒருவன் பிராமணனாகலாம். செல்வமோ உயர் சாதிப் பிறப்போ ஒருவரைப் பிராமணர் ஆக்காது. சுயநல ஆசைகளிலிருந்து விடுதலை அடைபவன் பிராமணன் ஆவான். அவன் தன்னைப் பிணைத்திருக்கும் விலங்குகளைத் தூர எறிந்துவிடுகிறான். அச்சத்தில் நடுங்குவதில்லை. சுயநலத் தளைகள் அவனைச் சிறைப்பிடிப்பதில்லை. தூய்மையற்ற சிந்தனை அவன் மனதை மாசுபடுத்துவதில்லை. கர்ம வினையின் சங்கிலியை அறுத்து எறிபவனைத்தான் நான் பிராமணன் என்பேன். அவன் உறக்கத்திலிருந்து எழுந்து முழுமையாக விழிப்புணர்வு பெற்றவன். சிறைச் சாலையையோ மரணத்தையோ கண்டு அஞ்சாதவனைத் தான் நான் பிராமணன் என்பேன். எந்தச் சேனையாலும் வெல்ல முடியாத அன்பின் ஆற்றல் அவனிடம் இருக்கிறது.”*[51]

பாரதம் பரிந்துரைக்கும் தார்மிக ஒழுங்கு புத்தர் பேசும் தார்மிகப் பொறுப்பினின்றும் மிகவும் வேறானது என்பதைச் சொல்லத் தேவையில்லை. எனவே பாரதக் கதையும் புத்தரின் தம்மபதமும் இணையும் புள்ளி எதுவும் இல்லை என்னும் முடிவுக்கு வருவதே விவேகமானதாக இருக்கும். மகாபாரதத்தின் ஜீவனாக இருக்கும் தர்மம் என்பது நெடுங்காலமாக இடம்பெயர்ந்து வந்து ஒரு கட்டத்தில் ஏதேனும் ஓரிடத்தில் தங்கி ராஜ்ஜியங்களை நிறுவிக்கொள்ள முடிவு செய்த மக்கள் கூட்டத்தின் தொடக்கம், வளர்ச்சி ஆகியவை குறித்த அக்கறையாக உள்ளது என்று சொல்வதும் பொருத்தமாக இருக்கும். இது ஒருவிதத்தில், சக்கரத்தைத் தன் முத்திரை அடையாளமாகக் கொண்ட தர்மம்.

---

51. Eknath Eswaran (trans.), *The Dhammapada*, New Delhi: Penguin Books India, 1986, pp. 196–97.

பகவத் கீதை நூலின் அட்டையில் அர்ஜுனன் தேரில் அமர்ந்திருப்பதையும் கிருஷ்ணன் தேரோட்டியாக இருப்பதையும் காட்டும் படத்தைப் போடுவது வழக்கம். இந்தக் காட்சி இல்லாமல் கீதையின் அச்சு நூல் முழுமை பெறாது என்பது நன்கு நிலைபெற்ற வழக்கம். கிருஷ்ணனின் ஒரு கை குதிரைகளின் கடிவாளத்தைப் பிடித்திருக்க இன்னொரு கை மேலே உயர்ந்திருக்கும். அந்தக் கையின் சுட்டு விரலை மையமாகக் கொண்டு ஒரு சக்கரம் சுழன்றுகொண்டிருக்கும். கிருஷ்ணனின் சக்கரத்தைச் சுதர்சன சக்கரம் என இந்துப் புராணங்கள் கூறுகின்றன. இந்தச் சக்கரம் ஈடிணையற்ற தெய்வீக ஆற்றலைக் கொண்டது. கிருஷ்ணனுக்கு மட்டுமே வரமளிக்கப்பட்டது. காட்சிக்கு இனியது (சு-தர்சன்) என்னும் பொருள்படும் இந்தச் சக்கரம் ஆதியில் விஷ்ணுவுடன் தொடர்புபடுத்தப்பட்டிருந்தது. கிருஷ்ணன் விஷ்ணுவின் மானுட அவதாரமாகக் கருதப்பட்டதால் இந்தச் சக்கரத்தின் முக்கியத்துவம் அதிகரித்தது. ரிக்வேதத்தின் 164 ஆவது மண்டலத்தில் 6–14 வரையிலான தோத்திரங்கள் விஷ்ணுவை இவ்வாறு வர்ணிக்கின்றன:

6. அறியாமலுள்ள நான் அறிந்துகொள்ள, உண்மையை அறியும் அறிஞர்களிடம் கேட்கிறேன். நான் தெரிந்து கேட்கவில்லை. எந்த ஏகன் பிறப்பற்ற வடிவமேந்தி இந்த ஆறு உலகங்களையுந் தாங்குகிறான்?

7. இந்த உண்மையை அறிபவன், சதா செல்பவனும், அழகனுமான சூரியனின் மர்மமான பதத்தைத் துரிதமாயறிவிப்பானாக. பசுக்கள் அவனுடைய தலையி லிருந்து பாலைப் பொழிகின்றன. அவை பரந்த தேஜ சுடனாகி அங்ஙனமே மீண்டும் சலத்தைப் பருகுகின்றன. அவை சூரியனுடைய தேஜஸையணிந்து காலால் சலத்தைப் பானஞ் செய்கின்றன.

8. தாய் – பூமி, தந்தையை – சூரியனை – ருதத்துக்காகத் தியானத்தோடு போற்றுகிறாள். அவன் தன் மனத்திலே அவளுடைய விருப்பங்களை முன்னதாகவே அறிகிறான். அவன் அவளோடு சேர்கிறான். மக்களை விரும்புமவள் அடிபட்டுக் கர்ப்ப ரஸத்தால் கலங்குகிறாள். அவர்கள் பாக்கியவான்களைப் போல் பரஸ்பரம் புகழ்ந்துகொள்கிறார்கள்.

9. தாய் புவியின் நுகத்தில் பந்தமானாள். மேக பந்தி களின் நடுவே சல சங்கம் நின்றது. கன்று கதறிற்று. அது விசுவரூபமான பசுவை மூன்று சந்திகளிலே பார்த்தது.

10. மூன்று தாய்களையும் மூன்று தந்தைகளையும் ஏந்தும் ஏகன் மேலே நின்றான். அவனை எவனும் தளர்த்தான். சோதியின் உச்சியிலே தேவர்கள் பரஸ்பரம் பேசிக் கொள்கிறார்கள். இப் பேச்சை எவனும் அறியான். அதில் அனைவரின் பேச்சுமிருக்கிறது. 1,725

11. ருதனான சூரியனின் பன்னிரண்டு பற்களுள்ள சக்கரம் வானைச் சுற்றி வட்டமிடுகிறது. அந்தச் சக்கரம் தேயாதது. அக்கினியே! அதில் 720 குழந்தைகள் – 860 இரவுகளும், 860 பகல்களும் வசிக்கின்றன.

12. ஐந்து கால்களும் ருதுக்களும், பன்னிரண்டு வடிவங் களும்–மாதங்களுள்ள சூரியன் சோதியின் தூரமான அர்த்தகோளத்திலிருக்குங்கால் அவனைப் புரீஷீ எனக் கூறுகிறார்கள். இங்குள்ள அர்த்தகோளத்திலிருக்குங்கால் அவனை அர்ப்பிதம் என மற்றவர்கள் சொல்கிறார்கள். அப்பொழுது அவன் ஒவ்வொரு சக்கரத்துக்கும் ஏழு பற்களுள்ள ஏழு சக்கரத் தேரிலே சூரியன் பிரகாசிக்கிறான்.

13. இந்த ஐந்து பற்களுள்ள வட்டமிடும் சக்கரத்திலே எல்லாப் புவனங்களும் நிலைக்கின்றன. மிக்கப் பாரம் ஏந்தும் அச்சு சூடாகாது. அதன் அனாதியான அழுத்தமான நாபி எப்பொழுதும் முறியாமலிருக்கிறது.

14. ஸமநேமியுள்ள தேயாத சக்கரம் அடிக்கடி வட்ட மிடுகிறது–சுற்றுகிறது. மேற்புறத்திலே, இணைந்துள்ள பதின்மர் உலகத்தைத் தாங்குகிறார்கள். சலத்தால் வியாபகமாகும் சூரிய மண்டலம் செல்லுகிறது. அங்கு எல்லாப் புவனங்களும் அர்ப்பிதமாகின்றன– நிலைக்கின்றன– அதன் தீனத்திலாகின்றன.[52]

இந்த சுலோகங்களின்படி விஷ்ணு உலகைத் தாங்கி நிற்கும் மகத்தான ஆற்றல். வேதங்கள் கூறும் மும்மூர்த்திகளான பிரம்மா, விஷ்ணு, சிவன் ஆகியோருக்கு முறையே படைத்தல், காத்தல், அழித்தல் ஆகிய பொறுப்புகள் இருக்கின்றன. இந்த மூவருமே ஏதேனும் ஒரு குறியீட்டின் மூலம் சக்கரத்துடன் தொடர்புகொண்டவர்கள். பிரம்மா அல்லது பிரஜாபதி குயவரின் சக்கரத்துடன் தொடர்புபடுத்தப்படுகிறார். அர்த்தநாரி நடேஷ்வரின் வடிவில் தோற்றம் கொள்ளும் சிவன் பிரம்மாண்டமான காலச் சக்கரத்தின் கடவுளாகச் சித்தரிக்கப்படுகிறார். மூவரில் விஷ்ணுவே சக்கரத்துடன் மிக நெருக்கமான தொடர்பைக் கொண்டிருக்கிறார். அவருடையது

52. ரிக் வேதம் தமிழில்: ம.ரா. ஜம்புநாதன்

12 ஆரங்களைக் கொண்ட காலச் சக்கரம். மானுட வாழ்வின் தவிர்க்க இயலாத நிகழ்வுகளின் ஓட்டத்தைக் குறிக்கும் இந்தக் காலச் சக்கரம்தான் மகாபாரதத்தின் ஆன்மா.

சாரநாத்தில் உள்ள பண்டைய சிற்பம் ஒன்றில் காணப்படும் ஆற்றல் வாய்ந்ததும் உணர்வெழுச்சி தரக்கூடியதுமானதொரு காட்சியில் சக்கரம் என்னும் உருவகம் மீண்டும் தோற்றம் கொள்கிறது. புத்தரின் சிந்தனைகளை எதிர்கொள்ள தம்ம சக்கரம் கால புருஷனின் (யமனின் பிரதானமான உதவியாளர்களில் ஒருவர்) சக்கரத்தைக் கொண்டுவருகிறது. சக்கரத்தைக் காலமாக உருவகப்படுத்தும் வழக்கம் மகாபாரதத்திற்கும் புத்தருக்கும் முன்பே நிலவியது. அது ரிக் வேதத்துக்கும் முன்னதாக, சமஸ்கிருதம் இந்தோ – இரானிய மொழியாக இருந்தபோதே இந்தக் குறியீடு இருந்தது. இண்டிக் அல்லது வேத சமஸ்கிருதம் தோன்றுவதற்குப் பல நூற்றாண்டுகளுக்கு முந்தைய காலகட்டம் இது. சக்கரம் என்னும் சொல் சமஸ்கிருதம், பாலி ஆகிய மொழிகளின் மூல மொழி அல்லது மொழிகளைச் சேர்ந்தது என்று கண்டறியப்பட்டிருக்கிறது. லத்தின், கிரேக்கம், சமஸ்கிருதம், துருக்கி உள்ளிட்ட பல மொழிகள் 'பண்டைய உல'கின் பல்வேறு முக்கியமான மொழிகளின் மூல மொழியான மூல–இந்தோ–ஐரோப்பிய மொழியிலிருந்து பிறந்தவை எனக் கருதப்படுகின்றன.

'சக்கரம்' எனப் பொருள்படும் '*kwekwlos*' என்னும் சொல் பண்டைய காலத்தில் இருந்திருக்கக்கூடும் என்று மொழியியல் வரலாறு தெரிவிக்கிறது. இந்தச் சொல் செவ்வியல் கிரேக்க மொழியின் '*kuklos*' (ஜெர்மானிய மொழிகளில் '*k*' என்னும் ஒலி '*h*' ஆக மாறுகிறது), பழைய இண்டிக் மொழியின் '*kakra*', பழைய ஆங்கிலத்தின் '*hweohl*' ஆகியவற்றின் மூலச் சொல்லாக இருக்கலாம். இதுவே நவீன ஆங்கிலத்தின் *wheel* என்னும் சொல் மூலச் சொல்.[53] ஆகவே, கிரேக்கம், இண்டிக், ஜெர்மானிய மொழிகளைப் பேசியவர்களின் கருத்தியல் உலகில் "*wheel*" அல்லது 'சக்கரம்' புழக்கத்தில் இருந்திருக்கிறது. சக்கரம் என்னும் கோட்பாடு இந்த மொழிகளுக்கெல்லாம் மூத்தது. இவற்றுக்கு முன்பு இருந்த காலத்தையும் கலாச்சாரத்தையும் மொழியையும் சேர்ந்தது. டேவிட் ஆன்டனி எழுதிய '*The Horse, The Wheel and Language*' என்னும் நூல் தேர் உருவானதற்கு முந்தைய போர்களின் காலம் வலுவான குதிரைகள் இழுக்கும் வேகமான தேர்களின் யுகத்திற்கு மாறிய வரலாற்றை

---

53. Nicholas Wade, 'The Tangled Roots of English, The *New York Times*, 2015,. <www.nytimes.com/2015/02/24/science/new-light-on-the-rootsof-english.html>.

விவரிக்கிறது. இன்றைக்கு 38 நூற்றாண்டுகளுக்கு முன்பு ராஜ்ஜியங்களை உருவாக்கவும் போர்களில் வெற்றிபெறவும் பேரரசுகளைக் கட்டமைக்கவும் குதிரைகளால் இயக்கப்படும் தேர்கள் முக்கியமானவையாக இருந்தன. இந்நிலையில் சக்கரத்திற்குத் தெய்வீக ஆற்றல் இருப்பதாக அந்தக் கால மக்கள் கருதியது இயல்பானதே.

இந்த வரலாற்றுப் பின்புலத்தில் வேதகால மும்மூர்த்திகளை நாம் காண வேண்டும். பாரதக் கதை தோன்றியதற்கு முந்தைய நூற்றாண்டுகளில் பிரபஞ்ச அமைப்பின் மூன்று பெரும் சக்திகளாக பிரம்மா, விஷ்ணு, சிவன் ஆகியோர் உருவகப்படுத்தப்பட்டார்கள். சூரியன், இந்திரன், அவர்களுடைய வேதகாலத்து முன்னோர்கள் அல்லது அவர்களுடைய சமகாலத்து வீர மன்னர்கள் ஆகியோரின் தேர்கள் மக்களின் மனங்களில் சிறப்பான கலாச்சார முக்கியத்துவத்தைப் பெற்றிருந்தன. பாரதம் ராஜசூய யாகத்தை விவரிக்கிறது. தங்களது வலிமையை நிலைநாட்டுவதற்காகக் குரு வம்சத்து அரசன் தன்னுடைய குதிரைகளை எல்லா நாடுகளுக்கும் அனுப்பி அவர்களுக்குச் சவால் விடுகிறான். அந்தக் குதிரைகளுக்கு மரியாதை செய்பவர்கள் இந்த அரசனின் மேலாண்மையை ஏற்பதாகப் பொருள். எதிர்ப்பவர்களுடன் போர் நடக்கும். இந்த யாகத்தில் குரு வம்சத்து மன்னனுக்கு ஆதரவாகக் கிருஷ்ணன் சக்கரத்தைப் பயன்படுத்துகிறான். மகாபாரதத்தின் தர்மம் என்பது சக்கரத்தின் தர்மம். மகாபாரதம் என்பதே தர்ம சக்கரத்தைப் பற்றியதுதான். இது புத்தரின் தம்மமோ சடங்குகளை நிகழ்த்தும் பிராமணிய முறையின் தம்மமோ அல்ல.

மகாபாரதத்தில் துருபத மன்னனுக்குச் சிவன் தந்த கிந்துர தனுஷ் என்னும் வில்லை அர்ஜுனனால் மட்டுமே தூக்க முடிகிறது. துருபதனின் மகள் திரௌபதியின் சுயம்வரத்தில் இந்த வில்லை எடுத்து நாணேற்றி இலக்கை வீழ்த்துபவரே திரௌபதியைத் திருமணம் செய்துகொள்ள முடியும் என்பது விதி. இந்த வில் சிவனைப் பிரதிநிதித்துவப்படுத்துகிறது. தன்னுடைய காலத்தின் ஆகச் சிறந்த வில்லாளியாகத் திகழும் அர்ஜுனன் தன் ஆண்மையை இழந்து அர்த்தநாரி நடேஸ்வரனைப்போல நடனம் ஆடுகிறான். தலைமறைவாக வாழ வேண்டிய ஓராண்டுக் காலத்தில் அவன் பிருஹன்னளை என்னும் பெயரில் பெண் வேடம் பூணுகிறான். பிறகு போரின் தொடக்கத்தில் தன்னுடைய ஆண்மையை இழந்துவிட்டதாக அர்ஜுனன் கிருஷ்ணனிடம் சொல்கிறான். மூன்றாவது நிகழ்வில் பெண்ணாகப் பிறந்து ஆணாக மாறிய சிகண்டிக்குப் பின்னால் நின்றுகொண்டு பீஷ்மரைத் தாக்குகிறான். (அப்படித்

தாக்கினால்தான் அவரை வீழ்த்த முடியும்). இப்படியாக, சிவனின் வில்லை ஏந்தி அதில் நாண் ஏற்றும் வல்லமை படைத்த வீரன் பிறரை அழிக்கும் நிலையில் நடராஜரை நாடுகிறான். மகாபாரதத்தில் அர்ஜுனன் – சிவன் குறியீடு மேலும் சில இடங்களில் வருகிறது. கிராதனுக்கும் அர்ஜுனனுக்கும் இடையிலான போர் அத்தகைய ஓர் இடம். கிராத் என்பது கிழக்கு இமயமலைப் பகுதிகளில் வசிக்கும் சமூகத்தின் பெயர். சிவனிடமிருந்து பாசுபத அஸ்திரம் பெற விரும்பும் அர்ஜுனனைச் சோதிக்கக் கடவுள் கிராத மன்னனின் வடிவில் வந்து அர்ஜுனனுடன் போரிடுகிறார். மகாபாரதத்தில் வனப் பருவத்தில் இந்தச் சம்பவம் வருகிறது.

பிற்கால வேதச் சமூகத்தின் கூட்டு நினைவுகளில் மிக உயர்ந்த இடத்தைப் பெற்றிருக்கும் குதிரையும் சக்கரமும் மகாபாரதத்தில் குறியீட்டு வடிவில் திரும்பத் திரும்ப இடம் பெறுகின்றன. மாபெரும் வீரனான கர்ணன் தன்னுடைய தேர்ச் சக்கரம் பூமியில் அமிழ்ந்து போகும்போது ஆற்றலிழந்தவனாகிவிடுகிறான். தேரிலிருந்து கீழே இறங்கிச் சண்டையைத் தொடர்ந்தாலும் குதிரைகளும் தேரும் இல்லாமல் அவனால் வெல்ல முடியவில்லை. தோற்று உயிரிழக்கிறான். யுதிஷ்டிரன் என்னும் பெயர் கொண்ட தர்மனுக்குக் காலச் சக்கரம் குறித்த கவனம் எப்போதும் இருக்கிறது. யுதிஷ்டிரன் யமனின் மகன் என ஏற்கெனவே பார்த்தோம். யமன் காலன் என்றும் அறியப்படுகிறான். மகாபாரதப் போர் மிகவும் முக்கியத்துவம் வாய்ந்த குறியீட்டுத் தன்மையின் தளத்தில் காலச் சக்கரம் என்றென்றும் சுற்றிக்கொண்டே இருப்பதை உறுதி செய்வதற்கான போர். அந்த அளவுவரையிலும் அது பாரதம் எனப்படும் இந்தியாவின் காவியம். பிற்காலத் தர்மசூத்திரங்கள் குறிப்பிட்ட தர்மத்தைப் பாதுகாப்பது அல்லது முன்னெடுப்பதற்கான போர் அல்ல.

மகாபாரதத்தில் காணப்படும் தர்ம சக்கரம் என்னும் குறியீடு வேதக்காலத்திற்குப் பிந்தைய பிராமணியம் அல்லாத தத்துவப் பார்வைகளிலும் விரிவான அளவில் முக்கியத்துவம் பெற்றது. பண்டைய இந்தியாவின் அரசியல் வாழ்வில் சட்டபூர்வமான அங்கீகாரம் பெற்ற கோட்பாடு இது. மிகவும் மதிக்கப்பட்ட, மிகவும் ஆற்றல் வாய்ந்த மன்னன் 'சக்கரவர்த்தி' என்று குறிப்பிடப்பட்டான். சமஸ்கிருதத்தில் சக்கரத்தை இயங்கச் செய்பவன் என்று இச்சொல்லுக்குப் பொருள். புத்தர் சக்கரவர்த்தியின் வடிவில் இந்த உலகில் மீண்டும் தோன்றுவார் என்று பௌத்த மரபில் ஒரு நம்பிக்கை உள்ளது. தேரவாத பௌத்தச் சிலை ஒன்று சக்கரவர்த்தியின் தலைக்கு

மேல் பாதுகாப்பு வளையம் அல்லது சக்கரம் இருப்பதாகச் சித்தரிக்கிறது.

சக்கரவர்த்தி ஒருவர் உருவாகும்போது 'எதிர்கால புத்த'ரான மைத்ரேயர் பூமியில் அவதரிப்பார் என்னும் நம்பிக்கை நிலவுகிறது. பௌத்தர்களின் தொடக்கக் கால ஓவியங்களில் முப்பதுக்கும் மேற்பட்டவை புத்தரின் இந்த அவதாரத்தைச் சித்தரிக்கின்றன. இவை அனைத்தும் தக்காணப் பகுதியில் உருவானவை. இந்த ஓவியங்கள் பெரும்பாலான வற்றில் சக்கரவர்த்தி அரச முத்திரையைக் காட்டுகிறார். சக்கரவர்த்தி தன் இடது கை முஷ்டியை இறுக்கமாக மூடித் தன் மார்பில் வைத்தபடி வலது கையை மேலே உயர்த்தியிருப்பார். அவருடைய ஏழுவிதமான அம்சங்கள் அவரைச் சுற்றிலும் காணப்படுகின்றன. சக்ர ரத்னா (சக்கரம்), பட்டத்து யானை, தாக்குவதற்குத் தயாராக இருக்கும் குதிரை, அஷ்டபைலு (எட்டு முகங்கள் கொண்டு தெய்வீக ஒளி வீசும் வைரம்), அரசி, முதலமைச்சர், நிதியமைச்சர் ஆகியவையே அந்த அம்சங்கள். தொடக்கக் காலப் பௌத்த நூல்களான மஹாவஸ்து, திவ்ய வதனம், தேரவாத மிலிந்தபன்ஹா ஆகியவை ஆட்சிபுரியும் சக்கரவர்த்தியின் அடையாளங்களை விவரிக்கின்றன. உஷ்னிஷா (தலைப்பாகை), சத்ரா (குடை), வஜ்ரம், மத்து இவை க்ஷத்ரியர்களின் அடையாளங்கள். மகாயான பௌத்தத்தின் தொடக்கக் காலச் சுதைச் சிற்பங்கள் போதிசத்துவர்களைத் தலைப்பாகை கட்டி, சக்கரவர்த்தியின் அகிம்சை ஆட்சியின் முத்திரைகளைத் தாங்கியிருக்கும் உஷ்னிஷ வடிவில் சித்தரிக்கின்றன.

சக்கரவர்த்தி என்பவர் பூமியில் உள்ள எல்லாப் பெரிய கண்டங்களையும் கடல்களில் உள்ள தீவுகளையும் ஆள்பவர். அமைதியான வழிகளில் பல்வேறு ராஜ்ஜியங்களைத் தன் ஆட்சியின் கீழ் கொண்டுவந்தவர். அவர் பயணம் செய்யும் போதெல்லாம் சக்கரவர்த்தியின் அறத்தை அங்கீகரிக்கும் விதமாக வானில் சக்கர ரத்தினம் தோன்றும். அமைதியான முறையில் எப்படி ஆட்சிபுரிவது என்பதை அனைவருக்கும் கற்பிப்பதற்காக அவர் உலகைச் சுற்றிவரும்போது அந்தச் சக்கரம் அவருடனும் அவர் படைகளுடனும் சேர்ந்து பயணிக்கும். சக்கர ரத்தினத்தின் மந்திர சக்தியை, மாய ஆற்றலைப் பயன்படுத்திக்கொண்டு அவர் சாதாரண மனிதர்களால் ஒருபோதும் போக முடியாத இடங்களுக்கெல்லாம் செல்வார். மனிதர்கள் உயர்ந்த விழுமியங்களுடனும் ஆரோக்கியமாக வும் இருக்கும்போதுதான் சக்கரவர்த்தி தோன்றுவார். பாலி

மொழியிலுள்ள புனித நூல்களின் ஒரு பகுதியான ஜாதகக் கதைகள் பௌத்த சக்கரவர்த்திகளைப் பற்றி விவரிக்கின்றன.

தர்ம சக்கரம் என்னும் கோட்பாடு சமண மரபின் வரலாற்றியலிலும் காணப்படுகிறது. ராஷ்ட்ர கூடர்கள் காலத்தில் வாழ்ந்திருந்த மாபெரும் சமணச் சிந்தனையாளர் ஜீனசேனர் ஒன்பதாம் நூற்றாண்டில் மகாபாரதத்தைப் போன்றதொரு படைப்பை எழுதினார். ஹரிவம்சம் என்னும் அந்த நூல் கிருஷ்ணன் – ஜராசந்தன் கதையில் கவனம் செலுத்துகிறது. சமண மகாபாரதம் எனக் கருதப்படும் இந்தப் படைப்பு பாண்டவர்களைக் கதையின் மையப் பாத்திரங்களாகக் கொள்ளவில்லை. இது தன்னுடைய பாத்திரங்களைப் பலதேவர்கள், வசுதேவர்கள் என இரு பிரிவு களாக வகைப்படுத்துகிறது. வன்முறையைப் பயன் படுத்துபவர்கள் பலதேவர்கள். வசுதேவர்கள் வன்முறையைத் தவிர்ப்பவர்கள். அகிம்சையை உயர்ந்த விழுமியமாகக் கொள்ளும் சமணச் சிந்தனையின்படி, சக்கரவர்த்தி என்பவர் அகிம்சை வழியில் ஆட்சி நடத்துபவர். பல சக்கரவர்த்திகள் சுழற்சி முறையில் மீண்டும் மீண்டும் பிறந்து வருவார்கள் என்று சமண சமயத்தின் பிரபஞ்சப் பார்வையைக் குறிப்பிடுகிறது. தீத்தங்கர ரிஷபநாதரின் மகன் பரதன், புராணங்களில் வரும் பகீரதனின் மூதாதையரான சமரன், மகாவ சனத்குமாரன், தீர்த்தங்கர சாந்திநாதன், தீர்த்தங்கர குந்துநாதன், தீர்த்தங்கர அரநாதன், சுபாவும், பத்மநாபன், ஹரிசேனன், ஜயசேனன், பிரம்மதத்தன் ஆகியோரே அந்தச் சக்கரவர்த்திகள்.

பல்வேறு நம்பிக்கைகளும் ஆன்மிக மரபுகளும் முறை சார்ந்த சமயங்களும் பேரரசர்களின் இயல்பான பொறுப்பாகத் தர்மத்தை ஏற்றுக்கொள்வதைக் காணலாம். இந்த தர்மம் அறநெறிகள் சார்ந்த ஒழுங்கு அல்ல. பிரபஞ்சத்தில் உள்ள ஐம்பூதங்களின் சமநிலை. ஆகவே, எப்போதும் சுற்றிக்கொண்டிருக்கும் சக்கரம் இதன் ஆகச்சிறந்த வெளிப்பாடு. பண்டைய இந்தியாவின் அனைத்துச் சமய நம்பிக்கை களுக்கும் ஏற்புடையதாக இது இருந்தது. தர்மத்தைக் காப்பது பேரரசரின் பொறுப்பு என்னும் கருத்தை அனைவரும் ஏற்றுக்கொண்டார்கள். அதை அடையாளப்படுத்தும் விதமாகப் பேரரசர் அசோகர் சாரநாத்தில் அசோகச் சக்கரத்தை நிறுவினார். அகிம்சை வழியில் தம்மத்தின் பாதையில் செல்வேன் என்பதற்கான அவரது உறுதிமொழியாக அது விளங்கியது. அவரது காலத்தைச் சேர்ந்த சமணர்களும் இந்த உறுதி மொழியை விரும்பியிருப்பார்கள்.

சாரநாத் ஸ்தூபியில் உள்ள மூன்று சிங்கங்களையும் காலச் சக்கரத்தையும் கொண்ட உருவகத்தைத் தனது சின்னமாகச் சுதந்திர இந்தியா ஏற்றுக்கொண்டது. அனைவரையும் உள்ளடக்கும் அணுகுமுறை, அகிம்சை ஆகியவற்றைக் கொண்ட புராதன இந்தியாவின் கோட்பாடுகளை நவீன இந்தியா ஏற்றுக்கொள்வதையே இது காட்டுகிறது. விடுதலை பெற்ற இந்தியா இந்தச் சின்னத்தை ஏற்றுக்கொண்டதானது. பெரும்பாலான இந்தியர்களின் உலகப் பார்வையில் இந்தச் சின்னம் மையமான இடத்தைப் பெற்றிருப்பதையே காட்டுகிறது. சக்கரம், குதிரை ஆகிய இரண்டு சக்தி வாய்ந்த குறியீடுகளைப் பயன்படுத்தி அவற்றுக்கு உயிரளித்ததுதான் மகாபாரதத்தின் மகத்தான வெற்றிக்குக் காரணம். மகாபாரதம், ஆயிரம் ஆண்டுகள் அல்லது அதற்கும் மேற்பட்ட கால வெளியில் பரவியிருந்த கலாச்சார நினைவுகளை ஒன்று திரட்டி வலிமை வாய்ந்த குறியீடுகளின் மூலம் அவற்றை வெளிப்படுத்தியிருக்கிறது. காவியத்தில் ஆதிக்கம் செலுத்தும் குறியீடுகளின் தேர்வு காரணமாக அது அடுத்தடுத்து வரும் தலைமுறைகளுக்கும் பொருத்தமானதாக இருந்துவருகிறது.

வர்ணம், தேசம், மகாபாரதம்

சக்கரமும் குதிரையும் போரில் பயன்படுத்தப்பட்ட காலத்திலிருந்து, வலிமை பெற விழையும் மன்னர்களிடையேயான போர்கள் வழமையாக மாறிய காலகட்டம் வரையிலுமான விரிவான வரலாற்றுக் காலத்தின் நினைவுகளை மகாபாரதம் ஒன்றிணைக்கிறது. கிட்டத்தட்ட ஆயிரம் ஆண்டுகளுக்கு நீடிக்கும் இந்தக் காலகட்டத்தைக் கையாள்வதற்குப் பயன்படுத்தும் வழிமுறை, பரம்பரைகளின் தொடர்ச்சியைப் பட்டியலிட வேண்டிய அவசியத்தைக் கவிஞருக்கு ஏற்படுத்துகிறது. சம்பவப் பருவத்தில் வியாசர் தன்னுடைய காலத்தில் அறியப்பட்ட புராணிகப் பாத்திரங்களைப் பட்டியலிடுகிறார். பின்னிணைப்பில் இதைக் காணலாம். அவ்வளவாக நினைவில் இல்லாத பெயர்கள், தூரத்து உறவுவழி முன்னோர்கள், குலத் தலைவர்கள், ஆசிரியர்கள் ஆகியவர்களும் இந்தப் பட்டியலில் உண்டு. வியாசரின் கண்ணோட்டத்தில் 'வரலாறு' எனச் சொல்லக்கூடிய காலகட்டத்தைச் சேர்ந்தவர்கள் இவர்கள். இது மிகவும் விரிவான பட்டியல். எண்ணற்ற விலங்குகள், தாவரங்களின் மூதாதையர்களையும் குறிப்பிட வியாசர் மறக்கவில்லை. வியாசர் அறிந்த அளவில் இவர்கள் அனைவரும் சேர்ந்து உயிர்களின் தொடக்கத்தையும் பிரபஞ்சத்தின் தோற்றத்தையும்

அமைக்கிறார்கள். அபிமன்யுவுக்கு வரும்போது அவர் இந்தப் பெயர்களைக் குறிப்பிடுவதை நிறுத்துகிறார். இந்தக் கட்டத்தில் அவர் தொனி மாறுகிறது. இந்தப் பகுதியின் வாக்கியங்களில் அவர் பயன்படுத்தும் காலம் மாறுகிறது. அபிமன்யுவைத் தீர்க்கதரிசனத்தின் வாயிலாக அறிமுகப்படுத்துகிறார். தீர்க்கதரிசனத்தைப் பயன்படுத்துவது எல்லாக் காவியங்களிலும் காணப்படும் ஒரு பொதுத்தன்மை. கடந்த காலமும் நிகழ்காலமும் தீர்மானகரமானதொரு புள்ளியில் இணைவதாகவும் வருங்காலம் தொடங்கவிருப்பதாகவும் இது நம்மை உணரவைக்கிறது:

சோமன் தேவர்களைப் பார்த்து இப்படிச் சொன்னான்: "என்னால் என் மகனைப் பிரிய முடியாது. என் உயிரைக் காட்டிலும் அவன் எனக்குப் பிரியமானவன். இது குறுகிய காலத்திற்கானதாக இருக்கட்டும். விதி மீறலாக இல்லாதிருக்கட்டும். *Let this be the compact and let it be not transgressed.* பூமியில் அசுரர்களை அழிப்பது தேவர்களின் வேலை. எனவே இது நம்முடைய வேலையும்தான். எனவே வர்சாஸ் அங்கே செல்லட்டும். ஆனால் அவன் அங்கே நெடுங்காலம் இருக்க வேண்டாம். நாராயணனைத் துணையாகக்கொண்ட நரன் இந்திரனின் மகனாகப் பிறப்பான். அர்ஜுனன் என அவன் அறியப்படுவான். அவன் பாண்டுவின் வலிமை வாய்ந்த மகனாக இருப்பான். என்னுடைய மகன் அவனுடைய மகனாகப் பிறப்பான். சிறு வயதிலேயே மாபெரும் போர் வீரனாக உருவெடுப்பான். மரணத்தை வென்ற தேவர்களே, அவன் பதினாறு ஆண்டுகள் பூமியில் இருக்கட்டும். அவனுக்குப் பதினாறு வயது நிறையும்போது பெரும் போர் ஒன்று நடக்கும். உங்களிடமிருந்து பிறந்தவர்கள் வலிமை வாய்ந்த எதிரிகளை அழிப்பார்கள். போரின் ஒரு கட்டத்தில் நரனும் நாராயணனும் பங்குபெறாத ஒரு மோதல் நடக்கும். தேவர்களே, உங்களிடமிருந்து பிறந்தவர்கள் சக்கர வியூகத்தை எதிர்கொண்டு போரிடுவார்கள். என் மகன் எதிரிகள் அனைவரையும் பின்வாங்கச் செய்வான். வலுவான தோள்களைக்கொண்ட அவன் தகர்க்க முடியாத அந்த வியூகத்தை உடைத்து உள்ளே சென்று எதிரிப் படையின் நான்கிலொரு பங்கினை மேலுலகத்துக்கு அனுப்புவான். அதன் பிறகு அன்றைய நாள் முடியும்போது எண்ணற்ற வீரர்களும் மகாரதர்களும் அவனைச் சூழ்ந்துகொண்டு தாக்குவார்கள். என் மகன் என்னிடம் திரும்பி வருவான். அவனுக்கு ஒரு மகன் உண்டாகியிருப்பான்.

கிட்டத்தட்ட அழிந்துவிட்ட பரத வம்சத்தின் தொடர்ச்சியாக அவன் இருப்பான்."[54]

தான் முன்வைக்கும் பாரம்பரிய விவரங்களுக்கு நம்பகத் தன்மை கூட்டுவதற்காக வியாசர் தான் குறிப்பிடும் வம்ச வரிசைக்குக் 'காரணம்' எனச் சில தொடர்புக் கண்ணிகளைக் கொடுக்க வேண்டியிருக்கிறது. ஏற்கத் தக்கவையாக இருக்கின்றனவோ இல்லையோ, காரணங்களைக் கொடுக்க வேண்டியது வரலாற்றாசிரியரின் கடமை. பாரதம் வரலாறாகக் கருதித்தான் படைக்கப்பட்டது. எனவே மகாபாரதத்தின் ஆசிரியரான வியாசரும் இதை விசுவாசமாகப் பின்பற்றுகிறார். மூல பாரதக் கதையில் ஆதி பருவம் இல்லையென்றும் அதைப் பின்னாளில் வியாசர் சேர்ந்திருக்கக்கூடும் என்றும் விமர்சகர்கள் கூறுகிறார்கள். ஆக, பாரம்பரியத் தொடர்ச்சி குறித்த விவரங்கள் எல்லாம் வியாசரின் பங்களிப்புகள். மிகவும் பழைமையான கடந்த காலம் குறித்துத் தரப்படும் விவரங்கள், அந்தச் சமூகம் வர்ணம், ஜாதி ஆகிய சுமைகளைக் கொண்டிராத சமூகம் என்னும் எண்ணத்தை நமக்கு அளிக்கின்றன. ஆனால் குரு வம்சத்தை நெருங்கி வரும்போது வியாசரின் வரலாற்று வரைபடத்தில் வர்ணம் சமூகத்தை அடையாளப்படுத்தும் கூறாக மாறத் தொடங்குகிறது. எனவே, இஷுபா என்னும் அசுரன் பூமிக்கு வந்தபிறகு நாக்னாஜிதன் என்னும் அரசன் ஆகிறான். ஏகசக்ரா என்னும் இன்னொரு அசுரன் பிரிதிவிந்தியனாகிறான். பாரதக் கதையின் காலகட்டத்திற்கு நெருக்கத்தில் க்ஷத்திரியர்கள் க்ஷத்திரியர்களுக்குள்ளேயே திருமணம் செய்துகொள்கிறார்கள். போரிடும் தலைமுறையைச் சேர்ந்த ஆகச் சிறந்த வீரர்களையும் குலச் சிதைவு (குல க்ஷய) என்னும் அச்சம் ஆட்டிப்படைக்கிறது. பீஷ்ம பருவத்தில் அமைந்துள்ள பகவத் கீதையின் தொடக்கத்திலேயே இந்த அச்சம் தெளிவாக வெளிப்படுகிறது. போர் விரும்பத்தகாதது என்பதைச் சொல்ல அர்ஜுனன் எத்தனையோ வாதங்களை முன்வைத்திருக்கலாம். ஆனால் 'குலக்ஷயே ப்ரணஸ்யந்தி குலதர்ம சனாதன' என்னும் வாதத்தை மட்டுமே அவன் முன்வைக்கிறான். கீதையின் முதல் இயலின் 36முதல் 46வரையிலான சுலோகங்கள் கவித்துவமானவை. ஆனால் பேரரசை உருவாக்குவதற்கான புதிய அரசியல் அமைப்பிற்குள் கங்கைச் சமவெளியின் பல விதமான மக்களையும் மன்னர்களையும் கொண்டுவருவதற்கான மாபெரும் போரில் ஈடுபடத் தயாராக இருப்பவனைப் பொறுத்தவரை அது பிரச்சினைக்குரிய

---

54. மகாபாரதம், சம்பவ பருவம்.

அரசியல். குருட்சேத்திரப் போரின் தொடக்கத்தில் அர்ஜுனன் தனக்குத் தேரோட்டும் கிருஷ்ணனைப் பார்த்து இவ்வாறு கூறுகிறான்:

> *ஜநார்தன! திருதராஷ்டிரக் கூட்டத்தாரைக் கொன்று நாம் என்ன இன்பத்தையடையப் போகிறோம்? இந்தப் பாதகரைக் கொல்வதனால் நம்மைப் பாவமே சாரும். ஆதலால், சுற்றத்தாராகிய திருதராஷ்டிர வர்க்கத்தாரைக் கொல்வது நமக்குத் தகாது. மாதவா! பந்துக்களைக் கொன்றபின் நாம் இன்புற்றிருப்பதெப்படி? அவாவின் மிகுதியால் அறிவிழந்த இவர்கள் குலத்தையழிப்பதில் விளையும் தீங்கையும், நண்பருக்குச் சதி செய்வதிலுள்ள பாதகத்தையும் காண்கிலராயினும், ஜநார்த்தன! குலநாசத்தால் ஏற்படுங் குற்றத்தையுணர்ந்த நாம் இப்பாவத்தினின்று விலகும் வழியறியாதிருப்பதென்ன? குல நாசத்தால் என்றுமுள்ள குலதர்மங்கள் அழிகின்றன. தர்மம் அழிவதனால் குல முழுதையும் அதர்மம் சூழ்கிறதல்லவா? கண்ணா! அதர்மம் சூழ்வதனால் குல ஸ்திரீகள் கெட்டுப் போகிறார்கள். விருஷ்ணி குலத் தோன்றலே! மாதர் கெடுவதனால் வர்ணக் குழப்பமுண்டாகிறது. அக்குழப்பத்தால் குலத்தார்க்கும் அதனை அழித்தார்க்கும் நரகமேற்படுகிறது. இவர்களுடைய பிதிருக்கள் பிண்டமும் நீருமின்றி வீழ்ச்சி பெறுகிறார்கள். வர்ணக் குழப்பமுண்டாகும்படி குலக் கேடர் செய்யும் இக்குற்றங்களால் ஜாதி தர்மங்களும் தொன்றுதொட்டுள்ள குலதர்மங்களும் எடுபட்டுப் போகின்றன. ஜநார்த்தன! குல தர்மங்கள் எடுபட்டுப் போன மனிதருக்கு எக்காலும் நரகத்தில் வாசமென்று கேள்விப்படுகிறோம். அந்தோ! அரசவின்பத்தை விழைந்து சுற்றத்தாரைக் கொல்ல முற்படும் நாம் பெரிய பாவம்செய்யத் தலைப்பட்டோம்.*[55]

திரௌபதி பாண்டவர்கள் ஐவரையும் கணவர்களாகக் கொண்டவள் என்பது தெரிந்தும் அர்ஜுனன் இதைச் சொல்கிறான். தன்னுடைய அன்னை வெவ்வேறு தெய்வங்களுடன் இணைந்து குழந்தைகளைப் பெற்றதை அவன் அறிவான். அவன் தந்தை பாண்டுவும் பெரியப்பா திருதராஷ்டிரனும் வியாசருக்குப் பிறந்தவர்கள். வியாசர் குருகுலத்தைச் சேர்ந்தவர் அல்லர். அர்ஜுனனின் கொள்ளுத் தாத்தா சந்தனு க்ஷத்திரிய குலத்தைச் சேராத பெண்ணை மணந்துகொண்டார். இவை எதுவும் பாரதக் கதையோடு

---

55. பகவத் கீதை 1:–36–45 மொழியாக்கம் பாரதியார்

ஒட்டவில்லை. இந்தியாவின் பலதரப்பட்ட மக்களின் ஆகச் சிறந்த கலவையை உருவாக்கிய வரலாற்றுக் கட்டத்தின் இறுதியில் நிகழ்ந்த போரை மூலக்கதை சித்தரிக்கிறது. உள்ளூரில் உள்ள இனங்களைச் சேர்ந்தவர்கள், தெற்கிலிருந்து வந்த வேளாண் மக்கள், சிந்துவெளி நாகரித்தை உருவாக்கிய சமூகத்தின் வழித்தோன்றல்கள் (இவர்கள் புதிய மொழியையும் மேம்பட்ட போர் முறைகளையும் மாறுபட்ட ஆயர் கலாச்சாரத்தையும் உருவாக்கியவர்கள்) ஆகியோர் இந்தக் கலவையில் இருந்தார்கள். அர்ஜுனனின் வீரம், போர்த் திறமை, பாரதக் கதையை எழுதிய கவிஞரின் அபாரமான விவேகம் ஆகியவற்றை வைத்துப் பார்க்கும்போது குலக் கலப்பு குறித்த அச்சம் பின்னாளில் தோன்றி, விரிவான மகாபாரதம் எழுதப்பட்டபோது அது காவியத்திற்குள் வந்திருக்கலாம் என்றே தோன்றுகிறது. அல்லது அதற்கும் பின்னால் மகாபாரதம் என்னும் களஞ்சியத்தில் கீதை இணைக்கப்பட்டபோது இந்த அச்சம் காவியத்திற்குள் இடம் பெற்றிருக்கக்கூடும். ஒரு பிரதி என்ற அளவில் மகாபாரதம் தொடர்ந்து பரிணமித்து வந்திருக்கிறது. என்றாலும்,“மகாபாரதம் சமூகப் பாகுபாடுகளை நியாயப்படுத்துகிறதா? ஆம் எனில், அதை எப்படித் தேசிய காவியம் என்று சொல்ல முடியும்?” என்று 21ஆம் நூற்றாண்டின் வாசகர்கள் கேட்கக்கூடும்.

இவை கடுமையான கேள்விகள். இத்தகைய கேள்விகள் பின்னாளைய அனுமானங்களின் அடிப்படையில் வேதங்கள் உபநிடதங்கள் அல்லது மகாபாரதத்தைப் பற்றிப் பொதுவாகக் கேட்கப்படுவதில்லை. கவிஞர் தன்னுடைய கலாச்சாரப் பின்புலத்திற்குள் இயங்குகிறார். கருத்துக்கள் தொடர்ந்து பரிணமித்துவருகின்றன என்பது உண்மை. எனினும், மாறுபட்ட காலப் பின்னணியிலிருந்து மேற்கொள்ளப்படும் இத்தகைய ஆராய்ச்சிகளைக் குறிப்பிட்ட படைப்பின் கண்ணோட்டத்திலிருந்து மேற்கொண்டால் மகத்தான படைப்புகள் இந்தக் கேள்விகளை எதிர்கொண்டு தம்மை நிலைநிறுத்திக்கொள்ளும். மகாபாரதத்தைப் பொறுத்த வரை அதன் கண்ணோட்டத்திலிருந்து பார்ப்பது என்றால் என்னவென்று ஆராய்வோம். ஆகக் கடுமையான விமர்சனப் பார்வையை அதன்மீது செலுத்துவதன் மூலம் இந்த ஆராய்ச்சியைத் தொடங்குவது சரியாக இருக்கும். அதன் பிறகு கடுமை குறைவான விமர்சனங்களின் வழியே அணுகுவதற்கான படைப்பா இது என்பதைக் காணலாம். எனவே, 20ஆம் நூற்றாண்டின் மாபெரும் அறிஞர்கள், சிந்தனையாளர்களில் ஒருவரான டாக்டர் பி.ஆர். அம்பேத்கர் முன்வைத்த

விமர்சனத்திலிருந்து தொடங்குகிறேன். மனித குலத்திற்குக் கௌதம புத்தருக்கு இணையான பங்களிப்பை அளித்தவர் இவர். 'சாதியை அழித்தொழித்தல்' என்னும் நூலில் அவர் இவ்வாறு எழுதுகிறார்.

> சதுர்வர்ணம் புதிதல்ல. அது வேதங்கள் அளவு பழையது. ஆரிய சமாஜத்தவர் அதன் நன்மைகளை எண்ணிப்பார்க்கச் சொல்லி நம்மைக் கேட்பதற்கு அதுவும் ஒரு காரணம். கடந்த காலத்திலிருந்து சீர்தூக்கிப் பார்ப்பதானால், ஒரு சமூக அமைப்பாக அது பிரயோகிக்கப்பட்டுத் தோல்வியும் அடைந்துவிட்டது. எத்தனை முறை பிராமணர்கள் சத்திரியர்களின் வித்துகளை அழித்தொழித்திருக்கிறார்கள்! எத்தனை முறை சத்திரியர்கள் பிராமணர்களை அழித்தொழித்திருக்கிறார்கள்! பிராமணர்களுக்கும் சத்திரியர்களுக்கும் இடையிலான போராட்டத்தின் பல சம்பவங்கள் மகாபாரதத்திலும் புராணங்களிலும் நிறைந்து கிடக்கின்றன.
>
> பிராமணர்கள் சத்திரியர்களின் கண்களுக்குக் காணச் சகியாதவர்களாகவும் சத்திரியர்கள் பிராமணர்கள் கண்களுக்குக் காணச் சகியாதவர்களாக இருந்தார்கள் என்பது மட்டுமல்ல, சத்திரியர்கள் கொடுங்கோன்மையாளர்களாக இருந்திருக்கிறார்கள். சதுர்வர்ணத்தால் நிராயுதபாணிகளாக்கப்பட்ட மக்கள் அந்தக் கொடுங்கோன்மையிலிருந்து காப்பாற்றுமாறு எல்லாம்வல்ல இறைவனைப் பிரார்த்தனை செய்திருக் கின்றனர். கிருஷ்ணர் ஒரு தெய்வீகக் குறிக்கோளுக்காகப் பிறப்பெடுத்தார் என பகவத் கீதை சொல்கிறது: சத்திரியர் களை அழித்தொழிப்பதுதான் அது.[56]

ஆதி பருவத்தில் கிருஷ்ணனின் பிறவிப் பணி பற்றி வரும் விளக்கம் இதைத்தான் கூறுகிறது. கீதையும் கிருஷ்ணனின் பிறவிப் பணி குறித்துப் பேசுகிறது. கடந்த காலத்தில் இந்தியாவின் பல்வேறு சமூகத்தினரிடையே நடந்த சண்டைகள் பற்றிய அம்பேத்கரின் கருத்தை மறுக்க எந்த முகாந்திரமும் கிடையாது. சாதிகளுக்கிடையே, வர்ணங்களுக்கிடையே நடக்கும் மோதல்களை நம் காலத்திலும் காணலாம். சாதிப் பாகுபாடு இந்தியச் சமூகத்திற்கு ஏற்படுத்திய பாதிப்புகளை யும் இந்தப் பாரபட்சங்கள் சாதி – வர்ண அமைப்பு என்ற

---

56. 'சாதியை அழித்தொழித்தல்' (காலச்சுவடு பதிப்பகம்), மொழியாக்கம்: ப்ரேமா ரேவதி; பக்கம் 240

எவ்வளவு பொய்யான அடித்தளங்களைக்கொண்டிருக்கின்றன என்பதையும் அம்பலப்படுத்துவதற்காகவே அம்பேத்கர் 'சாதியை அழித்தொழித்தல்' என்னும் நூலை எழுதினார். பண்டைய இலக்கியப் படைப்புகளின் மகத்தான கவித்துவத்தையோ அபாரமான எழுத்துத் திறமையையோ பற்றிக் கருத்துரைப்பதற்கான கட்டுரை அல்ல அது. எனவே அவருடைய அலசல் எதைச் செய்ய வேண்டுமோ அதைத் துல்லியமாகச் செய்தது. மகாபாரதத்தைப் படிக்கும் நவீன வாசகர்கள் மிகவும் தீவிரமாகக் கவனித்தாக வேண்டிய அலசலை அம்பேத்கர் முன்வைக்கிறார். இந்து சமூகத்தின் 'தேசம்' என்னும் நிலை பற்றிய கருத்து அது. சாதியானது விலக்குதல் என்ற அம்சத்தோடுகொண்டிருந்தால் இந்தியச் சமூகம் ஒரு தேசமாக உருப்பெற முடியவில்லை என அவர் வாதிடுகிறார்கள். மகாபாரதம் வரலாறு என்று சொல்லப்படுவது குறித்த முக்கியமான கேள்வி அவர் கருத்திலிருந்து எழுவதால் நீண்டதொரு பகுதியை இங்கே தருகிறேன்:

> சாதி முறைமை பொருளாதாரத் திறன்பட்ட நிலையை உருவாக்குவதில்லை. அது இனத்தை முன்னேற்றவு மில்லை, முன்னேற்றவும் முடியாது. ஆனால் சாதி ஒன்றைச் செய்திருக்கிறது. அது இந்துக்களை முழுமை யாகக் குலைத்து அறம்பிறழச் செய்திருக்கிறது.

> நாம் மிக முதன்மையாக ஏற்றுக்கொள்ள வேண்டிய விஷயம் இந்து சமூகம் என்பதே ஒரு கட்டுக்கதை என்பதுதான். இந்து என்கிற பெயரே அயலிலிருந்து வந்தது. (கி.பி. 1017இல் அல்-பிருனி தன்னுடைய *Tarikh Al-Hind* நூலில் முதன் முதலில் எப்படி இந்தப் பெயரைப் பயன்படுத்தினார் எனக் குறிப்பிடும் அடிக்குறிப்பு ஒன்று இந்நூலில் உள்ளது.) அது முகலாயர்களால், தம்மைப் பிரித்துக் காண்பித்துக்கொள்வதற்காக, இங்கே வசிக்கும் பூர்வக் குடிகளுக்குச் சூட்டப்பட்ட பெயராகும். அவ்வார்த்தை முகலாயப் படையெடுப்பிற்கு முன்பாக எந்த சமஸ்கிருத ஆக்கத்திலும் இடம்பெறவில்லை. அவர்களுக்கு அப்படிப் பட்ட ஒரு பொதுப்பெயர் தேவைப்பட்டதில்லை, ஏனெனில் அவர்கள் தம்மை அப்படியான ஒரு சமூகத்தில் இருப்பவர்களாக உணர்ந்ததில்லை. இந்து சமூகம் என்று ஒன்று இல்லவே இல்லை. அது சாதிகளின் தொகுப்பே ஆகும். ஒவ்வொரு சாதியும் தன்னுணர்வாகத் தனது இருப்பை உணர்ந்திருக்கிறது. அதன் இருப்பின் ஆதியும் அந்தமும் அதனைத் தக்கவைத்துக்கொள்வது மட்டுமே ஆகும். சாதிகள் அனைத்தும் ஒரு கூட்டமைப்பாகக்கூட

ஒருங்கிணைவதில்லை. இந்து முஸ்லிம் கலவரங்கள் நிகழும் தருணங்களைத் தவிர ஒரு சாதிக்குத் தான் பிற சாதி களுடன் ஏதோ வகையில் பிணைந்திருக்கிறோம் என்ற உணர்வும் இல்லை. பிற எல்லாச் சமயங்களிலும் ஒவ்வொரு சாதியும் தன்னைத் தனியாகப் பிரித்துக்கொள்ளவும் தன்னைப் பிற சாதிகளிடமிருந்து வேறுபடுத்திக் காண்பிக்கவுமே முயல்கின்றன.[57]

சாதி அமைப்புக்கு ஆதரவாகச் சொல்ல எனக்கு எதுவுமே இல்லை. என் வாழ்நாள் முழுவதும் நான் சாதியால் கட்டுப்படுத்தப்படுவதை மறுத்துவந்திருக்கிறேன். சாதி, மதங்களைத் தாண்டிச் செல்லவும் அவை உருவாக்கிய பல விதமான அநீதிகளை எதிர்த்துப் போராடவும் முயன்று வந்திருக்கிறேன். சாதிகளால் ஆன சமூகம் 'தேச–சமூகம்' என்பதற்கான பண்புகளை அரிதாகவே கொண்டிருக்க முடியும் என்னும் அம்பேத்கரின் வாதத்தை நான் ஏற்கிறேன். 'தேசம் என்பதற்கான மாறுபட்ட கோட்பாட்டை மகாபாரதம் கொண்டிருக்கிறதா? அந்தக் கோட்பாட்டின் காரணமாகத்தான் பல நூற்றாண்டுகளாக அது தன் வாசகர்களுடன் நீடித்த தொடர்பைக் கொண்டிருக்கிறதா?' என்ற கேள்வியை இங்கே விவாதிக்க விரும்புகிறேன். அம்பேத்கர் முன்வைக்கும் குற்றச்சாட்டுக்களிலிருந்து சாதி அமைப்பைக் காப்பாற்று வதற்காக இந்தக் கேள்விகளை நான் எழுப்பவில்லை. இந்தக் கேள்விகளுக்குப் பதிலளிப்பதன் மூலம் இந்தக் காவியத்திற்கும் நமது சமூகத்திற்கும் இடையிலான பிணைப்பின் இயல்பைப் புரிந்துகொள்ள முடியுமா என்று பார்க்கிறேன். இதை நோக்கிய பயணத்தில் பாண்டவர்கள்மீது விதிக்கப்பட்ட வனவாசத்தின் இறுதியில் நிகழும் 'வாழ்வின் புதி'ரை அலசுவது பயனுள்ளதாக இருக்கும். 'யட்ச ப்ரஸ்னம்' (யட்சனின் கேள்விகள்) என அறியப்படும் இந்தப் பகுதி மிகவும் முக்கியமான தத்துவப் பிரச்சினைகளைப் பேசுகிறது. இந்த யட்சன் யுதிஷ்டிரனின் தந்தையான யமன் என்பது உரையாடலின் முடிவில் தெரியவருகிறது.

கதை இதுதான்: 12 ஆண்டு வனவாசத்தின் முடிவில் பாண்டவர்கள் தமது அடுத்த திட்டம் பற்றி ஆலோசித்துக் கொண்டிருக்கும்போது வணிகர் ஒருவர் அவர்களைச் சந்திக்கிறார். மர்மமான மான் ஒன்று தன் பணிகளைத் தடைசெய்கிறது என்று புகார்செய்கிறார். அந்த மானைத் தேடிப்

---

57. 'சாதியை அழித்தொழித்தல்' (காலச்சுவடு பதிப்பகம்), மொழியாக்கம்: ப்ரேமா ரேவதி பக்கம் 260

பார்க்கும்படி நகுலனை அனுப்புகிறார்கள். நகுலன் அங்குமிங்கும் அலைந்த பிறகு அழகிய ஏரியும் அதன் கரையில் ஒரு கொக்கும் அவன் கண்ணில் படுகின்றன. 'நான் கேட்கும் கேள்விகளுக்குப் பதில் கூறிவிட்டுத் தண்ணீரைக் குடி. இல்லையேல் அது விஷமாகிவிடும்' என்கிறது அந்தக் கொக்கு. நகுலன் அந்த எச்சரிக்கையைப் புறக்கணித்துத் தண்ணீரைக் குடிக்கிறான். குடித்ததும் உயிரிழக்கிறான். நெடு நேரமாகியும் நகுலன் வராததைக் கண்ட யுதிஷ்டிரன் சகாதேவனை அனுப்புகிறான். அவனுக்கும் அதே கதி ஏற்படுகிறது. பிறகு அர்ஜுனனும் அதன் பிறகு பீமனும் செல்கிறார்கள். அவர்களும் திரும்பவில்லை.

கடைசியில் யுதிஷ்டிரன் அவர்களைத் தேடிச் செல்கிறான். ஏரியையும் விழுந்து கிடக்கும் சடலங்களையும் கொக்கையும் பார்க்கிறான். தன் தம்பிகளைப்போல அந்தக் கொக்கை அலட்சியம் செய்யாமல் அதன் கேள்விகளுக்கு விடையளிக்கிறான். கொக்கு வடிவில் இருந்த யட்சனின் மிகக் கடினமான கேள்விகளுக்கு யுதிஷ்டிரன் விடையளித்த பிறகு யட்சனாக வந்திருந்த யமன் (யுதிஷ்டிரனின் தந்தை) அவர்கள் நால்வரையும் உயிர் பிழைக்கச் செய்கிறான். யமன் தன்னுடைய சுய ரூபத்தை வெளிப்படுத்திக்கொள்கிறான். தன்மீதே ஒருவன் கொண்டிருக்கும் பற்று, பெற்றோருக்கான ஒருவரின் கடமைகள், சமூகத்திற்கும் ராஜ்ஜியத்திற்குமான கடமைகள் எனப் பல விஷயங்கள் பற்றியவையாக அந்தக் கேள்விகள் அமைகின்றன.

அவற்றில் மிக முக்கியமான கேள்வி இதுதான்: சூரியனை உதிக்கச் செய்வது எது? அதை இயக்குவது எது? அதை அஸ்தமிக்கச் செய்வது எது? அதன் உண்மையான இயல்பு எது? யுதிஷ்டிரனின் பதில் இப்படி அமைகிறது: "பிரம்மமே சூரியனை உதிக்கசெய்கிறது. தெய்வங்கள் அது சுற்றிவர உதவுகிறார்கள். தர்மமே அதன் அஸ்தமனத்திற்குக் காரணம். சத்தியமே சூரியனின் சாரம்; சத்தியம் இல்லாமல் போனால் சூரியனும் இருக்காது."[58] மேலும் பல கேள்விகள் தொடர்கின்றன. மனிதர்களின் அனைத்து அடையாளங்களையும் எல்லைக்குட்பட்ட அவர்களுடைய செயல்பாடுகளையும் நிராகரிக்கும் யுதிஷ்டிரன் சத்தியத்திற்கான தேடலையே மனிதர்களின் மிக முக்கியமான கடமையாகவும் அடையாளமாகவும் முன்வைக்கிறான். இது மிக உயர்ந்த சிந்தனை. காலத்தையும் இடத்தையையும் கடந்த பிரபஞ்சம் தழுவிய தார்மிக நெறிமுறை. ஆனால் மகாபாரதம் சத்தியம் அல்லது தத்துவத்தைப் பற்றியதுதானா? அல்லது அது வர்ண அமைப்பை நியாயப்படுத்திப் பிராமணியத்தை

---

58. மகாபாரதம், வன பருவம்

மகிமைப்படுத்தும் பிரதியா? மோசமான சமூக பாகுபாட்டின் கோட்பாடாக உருப்பெற்ற மனு ஸ்ம்ருதியின் கவித்துவ வடிவமா? யட்சனின் கேள்விகளைப் போலவே இவை சிக்கலான கேள்விகள்தான் என்றாலும் இவை பரிசீலனைக்கு உரியவை.

முதலிலேயே நான் குறிப்பிட்டபடி, ஆயிரமாண்டுக் காலத்திற்கும் மேல் இந்திய மக்களிடையே பெருமளவில் கலப்பு ஏற்பட்ட காலகட்டத்தின் முடிவில் வாய்மொழிக் கதையாகப் பாரதம் உருவாகிறது. ஆயிரமாண்டுகளுக்கு மேலாக மாபெரும் தத்துவார்த்த மோதல்கள் நிகழ்ந்து கொண்டிருந்த காலகட்டத்தில் விரிவான மகாபாரதம் உருவாகிறது. இந்த நீண்ட நெடிய காலகட்டத்தில் ரிக் வேதத்திற்குப் பிந்தைய சடங்குகள் சார்ந்த சமூக அமைப்பைப் பௌத்தமும் சமணமும் எதிர்கொள்கின்றன. யதார்த்தத்தின் இயல்பு, மனிதனின் நெறிமுறைசார் பொறுப்புகள், அகிம்சை, வாழ்வின் சாரம் ஆகியவை இந்த மகத்தான விவாதத்தில் அலசப்பட்ட தத்துவ, தார்மிகப் பிரச்சினைகள். கடந்த காலத்தின் அனைத்து இழைகளையும் ஒன்றிணைப்பதற்கான முறையை பாரதம் கண்டுபிடித்தது. இதிகாசம் என்று இந்தப் படைப்பு குறிப்பிடும் அந்த முறை கடந்த காலத்தின் பல்வேறு பட்ட கட்டங்களை ஒன்றிணைப்பதற்கான வாகனமாகப் புராணத்தைப் பயன்படுத்தியது. விரிவுபடுத்தப்பட்ட மகாபாரதம் மிகத் திறமையாக எழுதப்பட்ட, கச்சிதமான செய்யுள் வடிவமும் அற்புதமான சந்தங்களும் அபரிமிதமான விவரணைகளும் கொண்டதொரு படைப்பு. விரிவுபடுத்தப்பட்ட இந்தப் படைப்பு அது எழுதப்பட்ட காலத்திற்கு விசுவாசமாக இராமல் தன் மூலப் படைப்பிற்கே விசுவாசமாக இருந்தது. எனவே அது தான் இயற்றப்பட்ட காலத்திற்கு முந்தைய நூற்றாண்டுகளில் நிகழ்ந்த தத்துவ விவாதங்களைத் தவிர்த்து விட்டது. போர், இராணுவ உத்திகள், அரசியல் செயல்பாடுகள், தனிப்பட்ட பாத்திரங்களின் சித்தரிப்புகள் ஆகியவற்றிலேயே அது அதிகக் கவனம் செலுத்தியது. தன்னுடைய காலத்தின் தத்துவ விவாதங்களையும் இறையியல் சார்ந்த மோதல்களையும் கையாள்வதில் அதற்கு இருந்த தயக்கத்தால் ரிக் வேதத்திற்குப் பிந்தைய சடங்கு சார்ந்த தர்மம் என்னும் கருத்தியல் தொடர்பாக வளர்ந்து வந்த பழமைவாதத்தை எதிர்கொள்வதில் அது அதிகத் தீவிரம் காட்டவில்லை. இந்திய வரலாறு முழுவதிலும் மகாபாரதத்தின் பயணத்தின்மீது இந்தப் போக்கு குறிப்பிடத்தகுந்த விளைவை ஏற்படுத்தியது.

ஒரு லட்சம் சுலோகங்கள் கொண்ட விரிவுபடுத்தப்பட்ட மகாபாரதம் இயற்றப்பட்டபோது பண்டைய இந்தியாவின் சில

சமஸ்கிருத மொழியில் எழுதப்பட்டன என்பதை நினைவில் கொள்வது அவசியம். நான்கு அல்லது ஐந்து நூற்றாண்டுகளில் அந்தக் காலகட்டத்தின் சிந்தனையாளர்களும் அறிஞர்களும் அஷ்டாத்யாயி(பாணினி), வார்த்திகா(காத்யாயனர்), மஹாபாஷ்யம்(பதஞ்சலி), அர்த்த சாஸ்திரம்(கௌடில்யர்), ராமாயணம்(வால்மீகி), நாட்டிய சாஸ்திரம்(பரதர்), மத்யாம்கவாதரம்(சந்திரகீர்த்தி) போன்ற படைப்புகளை உருவாக்கியிருந்தார்கள். இன்னும் பட்டியலிடலாம். பிற்கால உபநிடதங்கள் உருவாகிவந்தன. அதன் பிறகு புராணங்கள் உருவாயின. பிராமணியமான, சடங்கு சார்ந்த வேத தர்மத்தை நிலைப்படுத்தும் செயல்முறையைத் தர்மசூத்திரங்கள் முன்னெடுத்தன. சமணர்கள் குறிப்பிடத்தக்க படைப்புகளை உருவாக்கிக்கொண்டிருந்தார்கள். அசோகரின் காலத்தில் வரலாறு காணாத அரசியல் ஆதரவைப் பெற்ற பௌத்தம் இந்திய எல்லைகளுக்கு அப்பால் ஏற்கெனவே பரவியிருந்தது. இந்தப் பின்னணியில் மகாபாரதக் கவிஞர் ஏற்கெனவே இருந்துவந்த பாரதக் கதையின் அடிப்படையில் தன்னுடைய காவியத்தைத் தீட்ட வேண்டியிருந்தது. மந்திரம், சூத்திரம், சாஸ்திரம், சூத இலக்கியம் என்பதாக இலக்கியம் அந்தக் காலத்தில் வகைப்படுத்தப்பட்டிருந்தது. அரசியல் குறித்த கௌடில்யரின் படைப்பும் நாடகம் குறித்த பரத முனிவரின் படைப்பும் சாஸ்திரம் என்பதாக அறியப்பட்டன. இவற்றுக்கு மாறாக, மகாபாரதம் சூத இலக்கியமாக உருப்பெற்று அவ்வாறே நிலைபெற்றது. சூதர்கள் கவிதைகளைப் பொது இடங்களில் வாசிப்பவர்கள். பல்வேறு இடங்களுக்குச் சென்று வீரர்களின் கதைகளைப் பாடுபவர்கள். அவர்களுடைய படைப்புகள் பிராமணரல்லாதோரின் படைப்புகள். எனவே வேதம் படிக்கும் பிராமணர்கள் அவர்களை மதிப்புக் குறைவாகப் பார்த்தார்கள். பண்டைய இந்தியாவின் சூதர்களின் படைப்புகளைப் பிராமண வர்க்கம் ரசிக்கவில்லை. பிராமணரல்லாதோருக்குச் சூதர்களின் படைப்புகளை வாசிப்பதிலோ மனப்பாடம் செய்வதிலோ எந்த மனத்தடையும் இல்லை. எனவே மகாபாரதம் அது தோன்றிய காலத்தி லிருந்தே எல்லோருக்குமான பிரதியாகவே உருவானது. அதன் ஆசிரியர் வியாசர் பாகவதம் என்னும் மாபெரும் படைப்பையும் இயற்றினார் என்று சொல்லப்படுகிறது. வியாசரின் காலத்தில் பாகவதம் படிப்பதற்காக மிகக் கவனமான சடங்குகள் உருவாயின. அதைக் கேட்பவர்கள் பிராமணரல்லாதோராக இருக்கலாம். ஆனால் அதை வாசித்துக் காட்டுபவர் பிராமணராக இருக்க வேண்டும். ஆனால் மகாபாரதத்தைப் பொறுத்தவரை இப்படிப்பட்ட விதிகள் எதுவும் கிடையாது. எனவே இது,

வால்மீகியின் ராமாயணத்தைப்போலவே அனைவருக்குமான காவியமாக விளங்கியது. இவை இரண்டில் மகாபாரதம் இதிகாசமாகக் கருதப்பட்டது. ராமாயணம் முதன்மையாக ஒரு காவியமாக, கவிதையாகக் கருதப்பட்டது. வியாசரின் மகாபாரதத்திற்கு வரலாறு என்ற அலாதியான அடையாளம் கிடைத்தது. ஆனால் இதற்காக அது ஒரு விலை கொடுக்க வேண்டியிருந்தது. தன்னுடைய சமகாலத்திலிருந்து தன்னைத் துண்டித்துக்கொண்டு மிகப் பழங்காலத்தின் மீதே தன் முழுக் கவனத்தையும் செலுத்த வேண்டியிருந்தது.

வியாசரின் மகாபாரதம் பொதுவெளிக்கு வந்ததிலிருந்தே இந்தியர்கள் தலைமுறை தலைமுறையாக அந்தக் கதையுடன் தங்களைத் தொடர்புபடுத்திக்கொண்டு அதைப் புதுப்பித்து, பல்வேறு ஊடகங்கள் மூலம் அதைத் தமதாக்கிக் கொள்வதற்கான உந்துதலைப் பெற்றார்கள். ஒரு விதத்தில் இது பிராமணரல்லாதோருக்கான சமய நூலாகவும் தர்ம நூலாகவும் உருப்பெற்றது. தர்மசூத்திரமாகத் தன்னைக் கூறிக்கொண்டதால் இது நிகழவில்லை; அப்படிக் கூறிக்கொள்வதைக் கவனமாகத் தவிர்த்ததாலேயே நிகழ்ந்தது. மனு ஸ்ம்ருதி போன்று நியதிகளை வரையறுக்கும் தர்மசூத்திரங்கள் இளக்காரம், பரிகாசம், வெறுப்பு, சமூக விலக்கம் ஆகியவற்றின் ஊற்றுக்கண்ணாக இருந்தன. இந்நூல்கள் போலித்தனமான இறையியலையும், சட்ட வழிமுறைகளையும் பயன்படுத்தி வர்ணத்தையும் சாதியையும் போதித்தன. உடலுழைப்பையும் உடலுழைப்பில் ஈடுபடுபவர்களையும் இழிவாகக் கருதும் போக்கைக்கொண்டிருந்தன. இளக்காரப் போக்கையும் ஏற்றத்தாழ்வுகளையும் நியமங்களாக ஆக்கின. இவை அனைத்துமே பிராமணரல்லாதோரை அன்னியப்படுத்தின. இதற்கு மாறாக மகாபாரதமோ மிகவும் விரும்பத்தக்க 'பிரதியாக இருந்தது. இதுவும் சமூகப் பழமைவாத நெறிகளின் அடிப்படையில் க்ஷத்ரியர்களைப் பற்றியும் பிராமணர்களைப் பற்றியும் பேசியதை அதன் வாசகர்கள் பொருட்படுத்தவில்லை. புராணத் தன்மையும் சாகசமும் நிரம்பிய அதன் பாத்திரச் சித்தரிப்பு வாசகர்களுக்கான கற்பனை வெளியை விரிவுபடுத்தியது. குந்தி, திரௌபதியைப் போன்ற பெண்கள், பீஷ்மர், யுதிஷ்டிரர் போன்ற அரசர்கள், கர்ணன், அபிமன்யு போன்ற மாவீரர்கள் ஆகியோரைக் கொண்ட சமூகத்தைக் கற்பனை செய்துகொள்வதற்கான சாத்தியங்களை அனைத்து வர்க்கங்களைச் சேர்ந்த மக்களுக்கும் அளித்தது. துணிச்சல், தார்மிக உண்மை, விடுதலை ஆகியவை சார்ந்த லட்சியங்களுக்கான களஞ்சியமாகக் கடந்த 2000 ஆண்டுகளாக

மகாபாரதம் விளங்கிவருகிறது. உபநிடதங்களிலிருந்து பெருமளவில் கருத்துக்களைப் பெற்ற பகவத் கீதையும் இத்தகைய வரவேற்பைப் பெற்றது. செயல், பற்றின்மை, பக்தி ஆகிய பண்புகளைக் கற்பிக்கும் படைப்பாகவே பல தலைமுறைகளைச் சேர்ந்த மக்களும் கீதையைப் படித்துப் போற்றிவந்தார்கள். வன்முறையை நியாயப்படுத்தும் நூலாக அதை அவர்கள் பார்க்கவில்லை. சாதி, பாலினம், பிற்போக்குத்தனமான தீட்டு விதிகள் ஆகியவற்றின் அடிப்படையிலான பலவிதமான சமூக விலக்கங்கள், மூடநம்பிக்கைகளால் உருவான விலக்குகள், தெய்வக்குற்றம் தொடர்பான அச்சம் ஆகியவை நிறைந்த சமூகத்தில் மனிதர்கள் என்னும் அங்கீகாரம் மறுக்கப்பட்ட நிலையில் வாழ்ந்துவந்த மக்களுக்கும் மகாபாரதத்தில் வரும் நாயகர்கள், தேவதைகள்மீது அலாதியான நெருக்கம் ஏற்பட்டது. விஷ்ணு, கிருஷ்ணன், விநாயகர் ஆகிய தெய்வங்களோடு தொடர்புகொண்ட வழிபாட்டு முறைகள் பொது ஆண்டுக்குப் பிந்தைய முதல் ஆயிரம் ஆண்டுகளில் வளர்ச்சி பெற்றன. கடந்த 2000 ஆண்டுகளில் மகாபாரதம் ஏற்படுத்தியுள்ள தாக்கத்தைச் சுருக்கமாகச் சொல்லப்போனால்கூட அது பல தொகுதி களுக்கு நீளும். அந்த அளவிற்கு அந்தத் தாக்கம் மிகப் பரவலாக இருக்கிறது.

நவீன இந்திய மொழிகளில் தமிழ் மொழியானது வியாசர் மகாபாரதம் எழுதிய காலத்திலிருந்தே பயன்பாட்டில் இருந்துவருகிறது. பெரும்பாலான இதர மொழிகள் இரண்டாவது ஆயிரமாண்டின் தொடக்கத்தில் மக்களின் பயன்பாட்டுக்கு வந்தன. இந்த மொழிகளில் பலவும் பகவத் கீதை அல்லது மகாபாரதத்தின் சில பகுதிகளைத் தங்கள் மொழிகளில் கொண்டுள்ளன. சமஸ்கிருத அறிஞர்கள் மகாபாரதத்தின் எழுத்துப் பிரதிகளை உருவாக்கினார்கள். கிராமப்புறங்களில் உள்ள மக்கள்கூடப் போதிய வசதி இருக்கும் பட்சத்தில் அந்தப் பிரதியை வாங்கி வைத்துக்கொள்வதில் ஆர்வம் காட்டினார்கள். பண்டார்கர் நிலையம் மகாபாரதச் சுவடிகளைத் திரட்டியபோது, கல்வியறிவு பெற்றதாக அறியப்படாத பகுதிகளிலிருந்தும்கூட சுவடிகள் கிடைத்தன. எடுத்துக்காட்டாக, குஜராத்தின் பழங்குடியினர் பகுதியொன்றில் உள்ள சங்கேதா என்னும் சிறிய கிராமத்தில் பொ.ஆ. 1512ஐச் சேர்ந்த கையெழுத்துப் பிரதி கிடைத்தது. 'சங்கேதா கபூரி' வடிவம் என்ற பெயரில் அது மகாபாரத ஆய்வுப் பதிப்பில் சேர்க்கப்பட்டிருக்கிறது. ஆதிவாசிகள் மத்தியில் நான் செய்துவரும் பணிகளுக்காக இந்தக் கிராமத்திற்கு நான் பலமுறை சென்றிருக்கிறேன். இங்கே பிராமணிய அல்லது வேதக் கல்விக்கான எந்தத் தடயமும் என் கண்களில் படவில்லை.

காலனிய ஆட்சிக் காலத்தில் மகாபாரதமும் கீதையும் வலுவான முறையில் மறு பிறவி எடுத்தன. மாறுபட்ட கருத்தியல்களும் அரசியல் முன்னெடுப்புகளும் கொண்டிருந்த லோகமான்ய திலகர், அரவிந்தர், மகாத்மா காந்தி ஆகியோர் ஒரே விதமான உணர்வுடன் கீதையோடு தங்களை அடையாளப்படுத்திக்கொண்டார்கள். இந்தியர்களை ஒன்றிணைக்கும் கலாச்சார அம்சங்களில் மகாபாரதத்திற்கு முக்கியமான இடம் உண்டு என்று சொல்வது தவறாக இராது. இந்தியாவின் மொழிகள், நிலப்பகுதிகள், வாழ்க்கை முறைகள் ஆகியவற்றில் உள்ள வேற்றுமைகள் மிகவும் அதிகமானவை. எந்த ஒரு இந்தியராலும் இவை அனைத்துடனும் தன்னை நேர்மையான முறையில் அடையாளப்படுத்திக்கொள்ள முடியாது. கலாச்சார நடைமுறைகளாலும் மகாபாரதம் போன்ற படைப்புகளாலும்தான் நாம் ஒன்றுபட்டிருக்கிறோம் என்ற உணர்வைப் பெற முடிகிறது என்று சொல்லாம். குறிப்பிட்ட வகையிலான ஒற்றுமையைப் பற்றி, அதாவது நமது நீண்ட கடந்த காலத்தை நாம் எப்படிப் பார்க்கிறோம் என்பதில் உள்ள ஒற்றுமையைப் பற்றி நான் சிந்திக்கிறேன் என்பதையும் இங்கே குறிப்பிட்டாக வேண்டும். கடந்த காலத்தை நினைவுகூர்வதற்கான முறையை மூல பாரதக் கதை கண்டறிந்தது. அதில் கடந்த காலத்திற்குக் குறிப்பான தொடக்கம் எதுவும் தேவையில்லை. எண்ணற்ற தொடக்கங ்களை அது அனுமதிக்கிறது. வரலாற்றியலைக் காரணத்தின் அடிப்படையிலான பதிவாக அது காணவில்லை. 'இது' நடந்தது, ஆகவே 'அது'வும் நடந்திருக்கும் என்பதுபோன்ற தர்க்கத்தை அது பயன்படுத்தவில்லை. தொடர்ச்சியை ஏற்கும் தர்க்க முறைமையை அது அடிப்படையாகக்கொண்டிருக்கிறது. 'இந்தியா என்னும் கருத்து' பற்றி எழுதுமாறு அண்மையில் நான் கேட்டுக்கொள்ளப்பட்டேன். என்னுடைய கட்டுரையின் தொடக்கப் பத்தியை இங்கே தருகிறேன்.

பாரதம் என்னும் இந்தியா. இந்தியா, அதாவது பாரதம். பல தொடக்கங்களைக் கொண்ட நாடு. கோட்பாட்டு ரீதியாக ஆகச் சிறந்த நிலையில் இருக்கும் புவியியல் ஆய்வு, இமயமலை ஒரு கோடி ஆண்டுகளுக்கு முன்பு தோன்றியிருக்கக்கூடும் என்று கூறுகிறது. 45000 ஆண்டு களுக்கு முன்பு மானுட இனம் தோன்றியிருக்கும் எனக் கூறும் மரபணுவியல் ஆய்வு இந்தியத் தீபகர்ப்பத்தின் தென் பகுதியிலிருந்து மேற்கு, வடக்குத் திசைகளை நோக்கி மக்கள் பரவியிருக்கக்கூடும் என்பதை ஒப்புக்கொள்கிறது. தற்போது இந்தியா என்று அறியப்படும் பகுதிக்கு இரானிலிருந்து சுமார் 9000 ஆண்டுகளுக்கு

முன்பு வேளாண்மை வந்திருக்கும் என்று தாவர – மரபணுவியல் தீர்மானித்திருக்கிறது. நமது நாகரிகத்தின் வேர்கள் 5000 ஆண்டுகளுக்கு முற்பட்டவை என அகழ்வாராய்ச்சிகள் கூறுகின்றன. 4000 ஆண்டுக் கால வரலாறு நமக்கு இருப்பதாக மொழியியல், இலக்கிய வரலாறு கண்டறிந்துள்ளது. சரிபார்க்கக்கூடிய தடயங்களைக் கொண்ட வரலாறு இந்தியாவின் கடந்த 2700 ஆண்டுக் காலத்தைத் தொகுத்துத் தருகிறது. ஆக, இந்திய நாகரிகத்தின் உதயம் பல தொடக்கங்களைக் கொண்டதாக உள்ளது.[59]

நாம் யார், எங்கிருந்து வந்தோம் என்பவற்றை அறிவதற்கான வேட்கை ஓரளவு மட்டுமே நிறைவேறியிருக்கிறது என்பதை வைத்துப் பார்க்கும்போது கடந்த 2500 ஆண்டுகளுக்கு முந்தைய இந்தியாவின் சித்திரம் பெருமளவில் புகைமூட்டமாகவே உள்ளது. இது எந்த முடிவையும் எட்டாத சிறப்பான பல விவாதங்களுக்கு வழிவகுத்துள்ளது. எந்தத் தரப்பையும் முற்றிலுமாகத் தவறு என்று சொல்லிவிட முடியாத விவாதங்கள் இவை. எனவே இந்திய நாகரிகத்தின் 'தொடக்கம்' குறித்த கேள்விக்குள் நான் போகவில்லை. அந்தக் கேள்வியை என்றென்றும் கேள்வியாகவே வைத்திருப்பது இந்திய நாகரிகத்தின் அடித்தளங்களில் ஒன்று என்ற யோசனையை முன்வைக்க விரும்புகிறேன். நம்முடைய பழங்காலம் குறித்து எந்தக் கருதுகோளை ஏற்றுக்கொண்டாலும் நாம் நாகரிகம் எனக் கருதுவதை முற்றாக மாற்றிவிடக் கூடும். நிச்சயமின்மைகளினூடே நிலைபெறும் வில்லியம் ஷேக்ஸ்பியரின் திறமையை 'எதிர்மறைத் திறன்' என்று ஜான் கீட்ஸ் குறிப்பிட்டார். மகத்தான கவிஞரிடமிருந்து வந்த மகத்தான பாராட்டு இது. இந்தத் தொடரை நம்முடைய பின்புலத்தில் பயன்படுத்தினால், நம்முடைய பலவிதமான தத்துவப் போக்குகள், இலக்கிய மரபுகள், மொழிக் கலாச்சாரங்கள், சமய நம்பிக்கைகள், சமூகப் பழக்கங்கள் ஆகியவற்றின் அடித்தளங்கள் நிச்சயமின்மைகளின் சவால்களை எதிர்கொள்ளக்கூடிய திறமையையே பெருமளவில் சார்ந்திருப்பதாகச் சொல்லலாம். ஒரு நாகரிகத்தின் மகத்தான எதிர்மறைத் திறன் இது. புற உலகம் தொடர்பான நம்முடைய மனப்பாங்கு, நமது அனுபவங்களின் தொகுப்பு, கலாச்சார விழுமியங்கள், யதார்த்தம் குறித்த கோட்பாட்டுரீதியிலான புரிதல் ஆகியவற்றை இந்தத் திறனே நமக்குத் தெரிவிக்கிறது.

---

59. G. N. Devy, 'Epic, Narrative and Lyric ideas of India', *A Vision for a Nation: Paths and Perspectives*, Aakash Singh Rathod and Ashis Nandy (eds.), Delhi: Vintage Books, 2019.

ஒரு நூற்றாண்டிலிருந்து இன்னொரு நூற்றாண்டில், ஒரு யுகத்திலிருந்து அடுத்த யுகத்தில் நாகரிகங்கள், கலாச்சாரங்கள், சமூகங்கள் ஆகியவை மெதுவாக, ஆனால் நிச்சயமாகத் தொடர்ந்து மாறிவருகின்றன. நீண்ட நெடிய வரலாறு முழுவதும் நமது நாகரிகம் அப்படியே இருந்துவருகிறது என்று நினைத்துக்கொள்வது சிறுபிள்ளைத்தனமானது. பல்வேறு மாற்றங்கள் ஏற்பட்டிருந்தாலும் இந்திய நாகரிகத்தில் குறிப்பிடத்தக்க அளவில் தொடர்ச்சி இருக்கிறது. ஹரப்பாவில் பயன்படுத்தியதைப் போன்ற லோட்டா வடிவிலான பாத்திரம் இந்தியாவில் இன்னமும் பயன்பாட்டில் உள்ளது. அது இப்போது எவர்சில்வரில் செய்யப்படுகிறது. சாரங்க தேவரும் மாதங்கரும் உருவாக்கிய சமன்பாடுகளைத்தான் இன்னும் இசையின் ஸ்வரங்கள் பயன்படுத்துகின்றன. நாட்டிய சாஸ்திரத்தில் பரத முனிவர் வகுத்த வழிமுறைகளில்தான் இன்னும் நாட்டிய முத்திரைகளும் அபிநயங்களும் பிடிக்கப்படுகின்றன. மரபின் தொடர்ச்சியைப் பேணுவதில் உள்ள வலுவான நம்பிக்கை நமது தத்துவம், சிந்தனை, வெளிப்பாடு, சமூக அமைப்பு, கலாச்சார வடிவங்கள் ஆகியவற்றின் அடையாளமாக உள்ளது என்று ஒருவர் கருதினால் அதில் தவறேதும் இருக்காது. கடந்த சில நூற்றாண்டுகளில் எதிர்கொண்ட சூறையாடல்களையும் பேரழிவுகளையும் தாண்டியும் இந்தியக் கிராமங்கள் மறைந்துவிடவில்லை. தொடர்ச்சி என்பது இயல்பானது; அது வரலாற்றின் விதிக்கு உட்பட்டது என்று நாம் நம்புவதுதான் இதற்கான முதன்மைக் காரணம். மாற்றம் காண வேண்டும் என்பதற்கான மாபெரும் இயக்கங்கள் பல நூற்றாண்டுகளாக நடந்துவந்தாலும் புரட்சி என்று சொல்லத் தக்க மாற்றத்தை இந்தியா கண்டதில்லை என்பதற்கான காரணமும் இதுவாகவே இருக்கலாம். இந்திய மரபிற்குள் உருப்பெற்ற அனைத்துப் படிமங்களும் இரண்டு அம்சங்களைத் தெளிவாகக் குறிப்பிடுகின்றன: பல்வேறு தொடக்கங்கள் என்னும் கருத்தை இயல்பாக ஏற்கும் எதிர்மறைத் திறன், இடையறாத தொடர்ச்சியின்மீது இருக்கும் நம்பிக்கை. இவை இரண்டையும் மாற்றாமலேயே ஒப்பீட்டளவில் விரிவான காலகட்டம் (காவிய காலம்), நீண்ட ஆனால் சமாளிக்கக்கூடிய காலகட்டம் (கதையாடலின் காலம்), வரலாற்றில் சில பகுதிகளின்மீது கவனம் செலுத்தும் போக்கு (கவித்துவக் காலம்) ஆகிய மூன்று விதங்களில் இந்தியா கடந்த காலங்களில் கற்பனை செய்யப்பட்டிருந்தது. இந்த மூன்று விதமான கற்பனைகளுமே அவற்றிற்கேயுரிய சுவையையும் பொதுவான குறைகளையும் கொண்டவை. அதே சமயம் அலாதியான வசீகர ஆற்றலையும் மனதைக் கொள்ளைகொள்ளும் மொழியையும் கொண்டவை.

நம்முடைய கலவையான வரலாற்றில் மூன்று கட்டங்களில் இந்த மூன்று வகைமைகளையும் காணலாம்.

இந்தியாவின் பண்டைய நூல்களில் மிகவும் பரவலாக அறியப்பட்ட 'காவியக் கற்பனை' மகாபாரதத்தில் பொதிந்திருக்கிறது. காவியம் என்ற முறையில் அதன் கட்டமைப்பை இங்கே குறிப்பிடவில்லை. மானுட நிலையின் காவியச் சித்தரிப்பைக் குறிப்பிடுகிறேன். எடுத்துரைத்தலின் கற்பனையை அசோகரின் கல்வெட்டுக்களில் காணலாம். கவித்துவமான கற்பனையைக் காளிதாசனின் அபிஞான சகுந்தலாவில் காணலாம். மகாபாரதம் பல தலைமுறைகளையும் மாபெரும் போரையும் சித்தரிக்கிறது. பிரமிப்பூட்டும் அளவிற்குப் பாத்திரங்களையும் அசரவைக்கும் அளவுக்கு ஞானக் களஞ்சியத்தையும் வாழ்க்கை பற்றிய தகவல்களையும் கொண்டுள்ளது. மேற்கத்தியக் காவியங்கள் நடுவிலிருந்து தொடங்குதல் என்னும் எழுதப்படாத விதியைப் பின்பற்றுகின்றன. மகாபாரதம் எந்தத் தனிப்பட்ட செயலையோ, நிகழ்வையோ தொடக்கமாகக் கொள்ள மறுக்கிறது. ஆதி பருவத்தில் சந்தனுவின் அலைச்சல்கள், பீஷ்ம சபதம், மலைகள், நதிகள், அமானுஷ்யப் பிறவிகள், விலங்குகள் ஆகியவற்றின் கதைகள் எனப் பல விதமான தொடக்கங்கள் உள்ளன. கதை எங்கே தொடங்குகிறது என்றே சொல்ல முடியாத வகையில் இவை உள்ளன. போர் முடிந்த பிறகும் பல பருவங்கள் (பாகங்கள்) வருகின்றன. ஸ்வர்காரோகணத்திற்குப் (சொர்க்கம் செல்லுதல்) பிறகும் கதை தொடர்கிறது. வாழ்க்கைச் சக்கரத்தின் இயக்கத்திற்கு முடிவே கிடையாது என்பதையே இது காட்டுகிறது. எப்போதும் சுழன்றபடி இருக்கும் சக்கரம் என்பதை மகாபாரதம் தன்னுடைய மைய உருவகமாகக்கொண்டிருக்கிறது. மகாபாரதத்தைப் பொறுத்தவரை இயக்கம்தான் தர்மத்தின் சாரம்.

அசோகரின் கல்வெட்டுக்கள் அவரை அலெக்சாண்டரைப் போன்ற சர்வ வல்லமை பொருந்திய இறையாண்மை கொண்ட மன்னராகச் சித்தரித்திருக்கலாம். ஆனால் அப்படிச் செய்யவில்லை. அவர் பணிவோடும் அனைவருக்கும் சேவைபுரியத் தயாராகவும் இருப்பதால் அவரைத் 'தேவனம்ப்ரியா'(கடவுள்களுக்குப் பிரியமானவர்) எனக் கல்வெட்டுக்கள் குறிப்பிடுகின்றன. சக்கரத்தைத் தன் அரசின் பிரதானச் சின்னமாக அவர் தேர்ந்தெடுத்தது இந்தியா என்னும் கருத்தைப் பற்றிய அவருடைய புரிதலைக் காட்டுகிறது. சகுந்தலை கதை இந்தியாவைப் பற்றிய அதே கற்பனையின் கவித்துவமான வெளிப்பாடு. துஷ்யந்தன் இந்திர லோகத்தில் ராட்சர்களுடன் சண்டையிட்டுக்கொண்டிருக்கும்போது

கண்வரின் ஆசிரமத்தில் சகுந்தலை வளர்கிறாள் என்பதாக அதன் தொடக்கம் அமைகிறது. தற்காலிக மறதியினால் பிரிந்துவிடும் துஷ்யந்தனும் சகுந்தலையும் மீண்டும் ஒன்று சேர்வதோடு கதை முடிந்துவிடவில்லை. மேற்கத்திய மரபின் மிகு உணர்ச்சி நாடகங்கள் அப்படித்தான் முடியும். சகுந்தலை நாடகம் அதைத் தாண்டியும் செல்கிறது. அவர்களுடைய குழந்தையான பரதனைப் பற்றிக் கூறுகிறது. இந்திய அரசியல் சட்டம் இவனுடைய பெயரை இந்த நாட்டின் இரண்டு பெயர்களில் ஒன்றாக அங்கீகரித்திருக்கிறது.

கடந்த காலத்தை நினைவுகூர்வதற்கான அலாதியான வழிமுறையை மகாபாரதம் உருவாக்கியது. தேசத்தின் நினைவுகளைப் பாதுகாக்கும் வழியாக அந்த வழிமுறையை இந்தியா அகவயப்படுத்தியிருக்கிறது. இந்த வகையில் இந்தியாவின் தேசிய காவியமாக மகாபாரதம் விளங்குகிறது. இது தேசத்தைப் பற்றிய காவியம் அல்ல. கடந்த காலத்தை நினைவுகூரும் வழிமுறை பற்றிய காவியம். தேசத்தின் சுயம் குறித்த பொதுவான கண்ணோட்டத்தின் வழியாக அல்லாமல் கடந்த காலம் குறித்த பொதுவான கண்ணோட்டத்தின் வாயிலாக இது நம்மை ஒரே தேசமாக இணைக்கிறது. இதன்மூலம் கடந்த காலம் குறித்த பெரும் ஆசுவாசம் ஏற்படுகிறது. ஏனென்றால் இது பல தொடக்கங்களை ஏற்றுக்கொள்கிறது. துணைக்கண்டத்தை ஒரு தேசம் எனக் கருதுவதில் இன மேட்டிமை சார்ந்த, ஒற்றைப் படைத் தன்மையிலான பார்வையைக் கண்டு மகாபாரத உணர்வு கொதிப்படையும். ஏனென்றால் அது அளவற்ற வேற்றுமைகளைத் தன்னகத்தேகொண்டது. நிலப்பரப்பு சார்ந்த வெளியில் மகாபாரதம் நம்மை ஒன்றிணைக்கவில்லை. என்றும் நிற்காமல் சுழலும் காலச் சக்கரத்தைக் குறியீடாகக் கொண்ட காலத்தின் வெளியில் ஒன்றிணைக்கிறது. இருக்கும் யதார்த்த நிலையை முழுமையான பணிவுடன் ஏற்றுக்கொள்ளும் மகத்தான உணர்வை அது நமக்குக் கற்பிக்கிறது.

காலத்தின் கதை

மகாபாரதத்தில் வர்ணிக்கப்படும் அரசுகள், அரசர்கள், மக்கள் பிரிவுகள், நிகழ்வுகள் ஆகியவற்றின் மீது 'தேசம்' என்னும் கோட்பாட்டைத் திணிப்பது காலமுரணாக இருக்கும் என்றாலும், கடந்த காலத்தைப் புரிந்துகொள்வதற்கான வழிமுறையை அளிக்கும் ஆற்றலால் இது இந்தியர்களின் மனங்களில் தேசிய காவியம் என்னும் இடத்தைப் பெற்றிருப்ப தாக நான் கருதுகிறேன். அலாதியான இந்த வழிமுறை என்ன, மகாபாரதம் வலிமையான கதையாடலாக வளர்ச்சியடைந்த

போது புழக்கத்தில் இருந்த பல்வேறு வழிமுறைகளில் இது ஏன் முன்னிலை பெற்றது என்பதைக் குறிப்பிட வேண்டியது அவசியம். வரலாறு என்பது, 'காரண – காரியவாதத்தின் அடிப்படையில் தர்க்கரீதியாக முன்னகரும்' வழிமுறையை அடிப்படையாகக்கொண்ட அறிவியல் என அறிஞர்கள் குறிப்பிடுகிறார்கள். நிகழ்வுகளின் தொடரை முன்வைப்பதே வரலாறு. இந்த நிகழ்வுகள் சில காரணங்களால் உருவாகி அதற்கான விளைவுகளைக் கொண்டிருக்க வேண்டும். அந்த விளைவுகள் காரணங்களாக மாறி வேறு சில விளைவுகளை ஏற்படுத்த வேண்டும். விளைவு அல்லது அப்படிக் கருதப்பட முடியாத எதுவும் 'வரலாறு' என்னும் வகைப்பாட்டினுள் அடங்காது. அதுபோலவே, எது காரணம் இல்லையோ அல்லது எதைக் காரணமாகக் கொள்ள முடியாதோ, அதற்கும் வரலாற்றில் இடமில்லை. மகாபாரதத்தின் கதைசொல்லி பீஷ்மரின் பிறப்பிலிருந்து தொடங்கிப் பாண்டவர்கள் சொர்க்கம் செல்வதில் முடியும் நிகழ்வுகளின் தொடர்ச்சியாக இந்தக் கதையை காரணம் – விளைவு என்னும் தர்க்கத்தின் அடிப்படையில் அமைக்கவில்லை. கதையில் தொழிற்படும் தெய்வீகக் குறுக்கீடுகள் கதையின் 'தர்க்கரீதியான முன்னகர்'வுக்கான சாத்தியக்கூறை நிராகரித்துவிடுகின்றன. வரலாற்றைத் தன்னுடைய சொந்த வழிமுறையின் மூலம் முன்வைக்கும் முயற்சியை மேற்கொள்ளும் மகாபாரதம், 'வரலாறு' என்னும் முறையிலிருந்து குறிப்பிடத்தக்க வகையில் மாறுபட்டு, 'வரலாற்றுக்கு முந்தைய' வழிமுறையின் மூலம் கடந்த காலத்தை அங்கீகரிக்கும் முறையை நிலைநிறுத்துகிறது என்னும் கருத்தை முன்வைக்க விரும்புகிறேன்.

ஏற்கெனவே கூறியபடி, மகாபாரதம் இயற்றப்படுவதற்கு முன்பே இந்தியத் துணைக்கண்டத்தில் மிக நீண்ட காலம் மானுட இருப்பு, சமூகம், நாகரிகம், மொழி, கலாச்சாரம் ஆகியவை இருந்துவந்திருக்கின்றன. எனவே, கடந்த காலத்தை நினைவுகூர மகாபாரதத்திற்கு முந்தைய வழிமுறைகள் எதுவும் இருந்திருக்கவில்லை என நினைத்துக்கொள்வது தர்க்கத்திற்குப் புறம்பானது. கடந்த காலத்தைப் பற்றிப் பேசுவதற்கான நன்கு நிலைபெற்ற வழிமுறைகளைக் கொண்ட எந்த ஒரு மொழியும் ஒரு நிகழ்வின் கடந்தகாலத் தன்மையைக் கோட்பாட்டாக்கம் செய்யும் திறனும் கொண்டிருக்கும் என்று அறிவியல் கூறுகிறது. அந்தக் குழுவினரின் மொழி, அம்மக்கள் கடந்த காலத்தை முன்வைப்பதைச் சாத்தியப்படுத்தும் என்றால் அந்தச் சமூகத்தினர் 'கடந்த காலம்' பற்றிய கருத்தை, 'வரலாறு' குறித்த கருத்தை, தான் என்றாலும்கூட வளரும் நிலையில், நிச்சயமாகக்

கொண்டிருக்கும். கேட்க வேண்டிய கேள்வி, மகாபாரதம் தனக்கே உரிய விதத்தில் வரலாற்றை முன்வைக்கிறதா என்பதல்ல; இத்தகைய வரலாற்றுக்கு இந்தியா முழுவதும் இவ்வளவு பரவலான ஏற்பு எப்படிக் கிடைத்தது, 2000 ஆண்டுகளாக அது எப்படி நீடிக்கிறது என்பதுதான்.

மகாபாரதம் சித்தரிக்கும் உலகம் 'கடந்துபோன, பழைய, காலாவதியான உலகம்' என்று சொல்லத்தக்க அளவில் அடுத்தடுத்த நூற்றாண்டுகளில் தத்துவார்த்தமான, கோட்பாட்டு ரீதியிலான மாற்றங்கள் நிகழ்ந்துவிட்டன. அதையும் மீறி, மகாபாரதம் காட்டும் வரலாறு ஏற்கத்தக்கது எனத் தோற்ற மளிக்கச் செய்யும் அளவுக்கு மகாபாரதம் வரலாற்றைக் கூறும் விதத்தில் உள்ள சிறப்புக் கூறுகள் என்ன? இந்தியாவின் வரலாற்றுக்கு முந்தைய காலத்தின் வரலாற்று நினைவின் பிரதிநிதியாக இந்தக் காவியம் சிறப்பான இடம் பெற்றிருப்பது ஏன் என்னும் இதோடு தொடர்புடைய கேள்வியையும் எழுப்பிக்கொள்ள வேண்டும். வேதத்திற்குப் பிந்தைய சமஸ்கிருதம் வளர்ந்து வந்த அந்தக் காலகட்டத்தில் இந்தியாவில் பாலி, தமிழ், பிராகிருதம் ஆகிய நன்கு வளர்ச்சியடைந்த மொழிகளும் இருந்தன. இன்று அஸ்ஸாமி என்று அறியப்படும் மொழியின் புராதன வடிவமும் இருந்தது. பரத வம்சத்தின் எழுச்சியையும் அதைச் சுற்றி நடந்த வரலாற்று நிகழ்வுகளையும் பார்ப்பதற்கு இந்த மொழிகள் பேசும் மக்களுக்குத் தங்களுக்கே உரிய கண்ணோட்டங்கள் இருந்திருக்கும். வரலாற்று நிகழ்வு களைக் குறித்த அவர்களுடைய நினைவுகள் பாரதம் பெற்ற முக்கியத்துவத்தை ஏன் பெறவில்லை?

இந்தியச் சமூகத்தின் அதிகாரம் பெற்ற வர்க்கத் தினரிடையே நடைபெற்ற அரசியல் மோதல்கள் மகாபாரதத்தின் மையமாக அமைக்கின்றன. இந்த மோதல்கள் இந்தியாவின் வடக்குப் பகுதியில்தான் நடந்தன. ஆனால் அந்தக் காலகட்டத்தில்கூட இந்தியாவின் வடக்கிலும் தெற்கிலும் இருந்த மக்கள் முற்றிலுமாகத் தொடர்பற்று இருக்கவில்லை. இந்தோ – ஆரியன் மொழி இந்தியாவிற்கு வருவதற்கு வெகு காலத்திற்கு முன்பே கடல் கடந்து சென்ற தென்னிந்தியர்கள் சிந்து, பலுகிஸ்தானம் ஆகிய பகுதிகளுடன் தொடர்புகொண்டிருந்தார்கள். திராவிட மொழிகளின் கிளையொன்று அங்கே சென்றிருக்கிறது. ஹரப்பா நாகரிகத்திற்கு திட்டவட்டமான திராவிட தொடர்பு இருந்ததா என்பது நமக்குத் தெரியாது. ஆனால், இன்னும் பொருள்கொள்ளப்படாத சிந்து சமவெளி எழுத்துக்கள், மொழி ஆகியவை தொடர்பாக இத்தகைய கூற்றுக்கள்

முன்வைக்கப்பட்டுள்ளன.⁶⁰ மகாபாரதமும் தென்னகத்தைச் சேர்ந்த கதாபாத்திரங்களையும் ராஜ்ஜியங்களையும் சித்தரிக்கிறது. விரிவான மகாபாரதம் இயற்றப்படுவதற்கு நெடுங்காலத்திற்கு முன்பே தமிழ் நாட்டார் கலைகள் வடக்கில் இருந்த 'ஆரியர்'களுடனான தொடர்பைப் பற்றிப் பேசுகின்றன. புராணத்தில் வரும் அகத்திய முனிவர் இது தொடர்பில் மிக முக்கியமான இணைப்புக் கண்ணிகளில் ஒருவர்.

தமிழின் முதல் இலக்கண நூலான அகத்தியம் என்னும் நூலின் ஆசிரியர் அகத்தியர்... தமிழ் இலக்கணத்துடன் அகத்தியரின் பெயர் எப்போது முதல்முறையாகத் தொடர்புபடுத்தப்பட்டது என்பது நமக்குத் தெரியாது. ஏழு வேத முனிவர்களில் (சப்த ரிஷிகள்) கடைசி முனிவரும் மிக வித்தியாசமானவருமான அகத்தியர் ரிக் வேதத்தில் நன்கு அறியப்பட்டவர். அகஸ்தியருக்கும் அவர் மனைவி லோபா முத்திரைக்கும் இடையிலான உரையாடல் ரிக் வேதத்தில் வருகிறது (1.179). வருணன், மித்திரன் ஆகிய இரண்டு தேவர்கள் தேவலோக நடன மங்கை ஊர்வசியைப் பார்த்து உணர்ச்சி மேலிட்டுத் தங்கள் விந்துவை ஒரு பானையில் (கும்பம்) விட்டார்கள். அகத்தியர் அந்தப் பானையில் மீனாகப் பிறந்தார் என்று பிற்கால வேத மரபுகளும் இடைக்காலத்தில் அவை குறித்து வெளியான கருத்துரைகளும் கூறுகின்றன. அகஸ்தியர் தெற்கு நோக்கிப் பயணம் செய்த சூழலை சமஸ்கிருதக் காவியங்கள் விவரிக்கின்றன. விந்திய மலை அளவுக்கு அதிகமாக வளர்ந்து பிரபஞ்சத்தின் இயல்பான செயல்பாடுகளைப் பாதிக்கத் தொடங்குகிறது. அதைப் பழைய நிலைக்குக்கொண்டு வருவதற்காகத் தேவர்கள் அகஸ்தியரை அனுப்பினார்கள் (மகாபாரதம் 3-102)... காளிதாசர் அகஸ்தியரை மதுரையுடனும் அதை ஆட்சி செய்த பாண்டிய அரசருடனும் தொடர்புபடுத்துகிறார். பாண்டிய மன்னனின் குதிரை யாகத்தை அகஸ்தியர் நடத்தித் தருகிறார். நான்காம் நூற்றாண்டின் பிற்பகுதியில் அகஸ்தியர் தென்னிந்தியாவுடன் தொடர்புகொண் டிருந்ததாக வட இந்தியச் செவ்வியல் படைப்புகள் கருதின. வேத கலாச்சாரத்தைத் தென்கோடிக்கு எடுத்துச் சென்றவராக அகஸ்தியர் சித்தரிக்கப்படுகிறார்.⁶¹

---

60. Andrew Robinson, *Lost Languages: The Enigma of the World's Undeciphered Scripts*, New York: Thames and Hudson, 2002, pp. 264–94.

61. David shulman, *Tamil: A Biogrophy*, MA: Harvard University Press, 2016, p.26

தமிழ் இலக்கணத்தில் தொடக்கக் காலத்தில் கிடைக்கும் இறந்தகால அமைப்பு வகைகள் சமஸ்கிருத இறந்தகால அமைப்பு வகைகளிலிருந்து குறிப்பிடத்தக்க அளவில் வேறுபட்டிருந்தன. தமிழ்மொழியின் பொருண்மைப் பொதுமை நிகழ்காலம் – நிகழ்காலம் அல்லாதது என்னும் இருமை இணையெதிர்வில் அமைந்திருக்க, சமஸ்கிருதத்தில் இறந்தகாலம் நான்கடுக்கு நிலைகளில் இறந்தகாலம், தொடர் இறந்தகாலம், இறந்த காலத்தில் இறந்தகாலம், நிகழ்கால இறந்தகாலம் என்னும் அமைப்புக் கொண்டது என்பது குறிப்பிடத்தக்கது. எனவே மூல பாரதம் இயற்றப்பட்ட காலத்தில் சமஸ்கிருதம் கொண்டிருந்த வரலாற்று நினைவுகளின் கால எல்லைகள் அந்நினைவுகளை நய நுட்பத்தோடு புலப்படுத்துவனவாக இருந்திருக்க வேண்டும். மகாபாரதம் முழுவதும் பல்வேறு இறந்தகால அமைப்பு வகைகளில் எழுதப்பட்டுள்ளது. 'அ' என்பவன், 'ஆ' என்பதைச் செய்து முடித்த பின், 'இ' என்பதைச் செய்யத் தலைப்பட்டான் என்பதாக இருக்கும். டி.எஸ். எலியட் குறிப்பிடும் இறந்த காலத்தில் கடந்துபோன தன்மைக்கு[62] இது போன்ற அழுத்தம் இருக்கும் (எ.கா. அவன் அதைச் செய்திருந்தான்). இந்தக் 'கடந்துபோன தன்மை' இறந்தகாலத்தில் இறந்தகால வினைமுற்றைப் பயன்படுத்துவதின் மூலம் அழுத்தம் பெறுகிறது. வெறுமனே இறந்தகாலத்தை (எ.கா. அவன் அதைச் செய்தான்) பயன்படுத்துவதால் அல்ல. இந்த இறந்தகால அமைப்பு தமிழில் இல்லை. தமிழ் இலக்கணக் கருவூலத்தில் இம்மாதிரியான இறந்தகால அமைப்பு இல்லாததால் சமஸ்கிருதத்தைத் தமிழோடு ஒப்பிடுகையில் சமஸ்கிருதம் கூடுதல் நெகிழ்வுடையதாக உள்ளது.

தமிழில் பாரதக் கதையின் வடிவம் ஒன்று இருந்தது என்றோ இருந்திருக்கக்கூடும் என்றோ, காலப்போக்கில் அது மறைந்து சமஸ்கிருத பாரதம் மட்டுமே மக்கள் நினைவுகளில் தங்கியது என்றோ நான் சொல்ல வரவில்லை. அப்படி இருந்திருக்கும் என்பதற்கான எந்த அறிகுறியையும் ஆய்வாளர்கள் இதுவரை குறிப்பிடவில்லை. ஆனால் மகாபாரதத்தின் சுவடிகளைப் பண்டார்கர் நிலையம் தேடியபோது வடக்கைக் காட்டிலும் தென்னிந்தியாவில் மிகப் பெரிய எண்ணிக்கையில் சுவடிகள் கிடைத்தன. கடந்த காலத்தைக் கோட்பாட்டாக்கம் செய்வதில் சமஸ்கிருதத்தில் இருந்த அதிக அளவிலான வாய்ப்புகள் தென்னிந்தியா இந்தக் காவியத்தால் வசீகரிக்கப்பட்டதற்கான காரணங்களில் ஒன்றாக இருக்கலாம்.

---

62. T. S. Eliot, 'Tradition and Indivual Talent', *The Sacred Wood: Essays on Poetry and Criticism*, London: Menthuen, 1920.

வட–கிழக்குப் பகுதிகளில் பாரத மூலக் கதை எழுதப்பட்டதற்கும் விரிவான மகாபாரதம் உருவானதற்கும் இடையில் பாலி மொழி புழக்கத்தில் இருந்தது. குரு வம்சத்தின் போரைப் பற்றிய கதை இந்தியாவின் வாய்மொழி மரபுகளில் புழக்கத்தில் இருந்தபோது பாலி மொழி காலங்களைச் சுட்டுவதில் எண்ணற்ற வழிமுறைகள் கொண்ட மொழியாக வளர்ச்சி பெற்றிருந்தது. புத்தரின் காலத்திற்குப் பல நூற்றாண்டுகளுக்குப் பிறகு தொகுக்கப்பட்ட விரிவான மகாபாரதத்தில் புத்தர் இடம்பெறவில்லை; அதுபோலவே பௌத்தப் பிரதிகளும் பாரதப் போரைப் பற்றிக் குறிப்பிடவில்லை. புத்தரின் காலத்திற்கும் விரிவான மகாபாரதம் உருவான காலத்திற்கும் இடையில் 500 ஆண்டுகள் உள்ளன. வாழ்க்கை குறித்த வேதக் கருத்தியல்கள், லட்சியங்கள் ஆகியவற்றுக்கும் நிர்வாணம், கூட்டுப் பொறுப்பு ஆகியவை குறித்த கௌதம புத்தரின் லட்சியங் களுக்கும் இடையிலான மோதல்தான் அந்தக் காலகட்டத்தின் தத்துவார்த்த, இறையியல் உரையாடல்களின் மையமாக இருந்தது. தத்துவஞானியும் துறவியுமான புத்தர் நாற்பது ஆண்டுக் காலம் பல்வேறு இடங்களுக்குப பயணம் செய்து வந்தார். அங்கெல்லாம் பல்வேறு மொழிகள் புழக்கத்தில் இருந்தன. மகததேசத்தின் மொழியும், இன்றைய மகஹி மொழியின் மூதாதையுமான மொழி அவற்றில் ஒன்று. இன்று புழக்கத்தில் இருக்கும் அஸ்ஸாமியா, வங்க மொழி, காசி, காரோ, மணிப்புரி, போடோ முதலிய மொழிகளின் மூலமொழிகளும் இருந்தன. புத்தரின் காலத்திற்கு முன்பே மக்களிடையே புழங்கிவந்த பாரதக் கதை என்னும் வரலாற்றைப் பதிவு செய்வதற்கும் பகிர்ந்துகொள்வதற்கும் வேண்டிய மொழியியல் கூறுகளை இம்மொழிகள் கொண்டிருந்தன என்பதைப் புத்தரின் வாழ்க்கை, பயணங்கள், சீடர்களுடனான அவருடைய உரையாடல்கள் ஆகியவை குறித்த வரலாற்றுப் பதிவுகள் தெளிவாகக் காட்டுகின்றன. அந்த மொழிகள் சிக்கலான வரலாற்றைச் சொல்வதற்கான திறனைப் பெற்றிருந்ததோடு, அவற்றில் சில மொழிகள் சமஸ்கிருத மொழிக்கும் சில கூறுகளைக் கொடையளித்திருக்கின்றன. இந்தக் கூறுகளால் சமஸ்கிருதத்தின் திறன் மேம்பட்டது. சுனிதி குமார் சட்டர்ஜியின் வரலாற்று மொழியியலைப் பெரிதும் பின்பற்றும் அஸ்ஸாமிய மொழி அறிஞர் மகேஸ்வர் நியோக், பண்டைய மகதி மொழியின் காலக் குறிகள் பாலி மொழிக்கு நெருக்கமானவை என்றும் இன்றைய சமஸ்கிருதத்தின் காலக் கட்டமைப்புகளினின்றும் வேறானவை என்றும் கூறுகிறார். பிராகிருத மொழியின் புராதனக் கல்வெட்டுகளின் வரலாற்றைப் பற்றிய ஒட்டுமொத்தமான

பார்வையை அளிக்கும் நியோக், அந்தக் கல்வெட்டுக்களில் உள்ள குறியீடுகளின் கலவையைப் பற்றி இப்படிக் குறிப்பிடுகிறார்:

> எழுத்து வடிவப் பிராகிருத மொழியில் அம்மொழியின் பல்வேறு வட்டார வழக்குகள் பதிவாகவில்லை. ஆனால், இந்த மொழி பல நூற்றாண்டுகளில் பெற்றுவந்த மாற்றங் களின் தன்மைகளைப் புரிந்துகொள்ள எழுத்துவடிவம் உதவுகிறது. மூலப் பிராகிருத மொழியில் தொடங்கி வடகிழக்கு இந்தோ ஆரிய மொழிகள் வரையிலான இடைக்கால இந்தோ ஆரியன் மொழிகள் குறித்த ஒப்பாய்வுகள் நடைபெற்றிருக்கின்றன. இந்தோ ஆரியன் மொழியின் வரலாற்றுப் போக்கு குறித்த தெளிவான, விரிவான பதிவுகளை இவை நமக்குத் தருகின்றன. நவீன ஆரிய மொழியின் வளர்ச்சியை ஆய்வு செய்யும் மாணவர் இடைக்கால இந்தோ ஆரிய மொழிகளின் வட்டார வழக்குகளின் வளர்ச்சியின் வரலாற்றைப் புறக்கணிக்க முடியாது. ஒவ்வொரு பிரதேசத்து மொழியின் தொடக்கத்தையும் அறிந்து கொள்ள முடியும் என்பதல்ல அதன் பொருள். மொழிகளில் பல புதுமைகள் நிகழ்ந்திருக்கின்றன. குறிப்பிட்ட *syntactic morpheme* பயன்படுத்தப்படாமல் மறைந்து போயிருந்தால் புதிதாக வேறொன்று உருவாகியிருக்கலாம். அல்லது உள்ளூர் வடிவம் ஒன்று முதன்மை பெற்றிருக்கலாம். எடுத்துக்காட்டாக, வருங்காலத்தைக் குறிப்பதற்கான முறைமையானது பண்டைய இந்தோ ஆரிய மொழியின் சமகால வடிவம் ஒன்றிலிருந்து இடைக்கால இந்தோ ஆரிய மொழிகளின் மூலம் வடகிழக்கு ஆரிய மொழிகளுக்கு வரவில்லை. ஆனால் எதிர்காலத்தைக் குறிப்பதற்கு மகத மொழியில் இருக்கும் குறியீடு பண்டைய இந்தோ ஆரிய மொழியிலிருந்து பெறப்பட்டது. நேரடிப் பரிமாற்றமாக இல்லாமல் இடைக்கால இந்தோ ஆரிய மொழிகளில் ஏற்பட்டு வந்த மாற்றங்களின் மூலமாக நடந்தது. காலத்தைக் குறிப்பதற்கான மகத மொழியின் இந்த முறையை அதன் சமகாலத்து இந்தியினின்றும் வேறாக இருந்தது.[63]

தன்னுடைய கருத்துக்கு ஆதாரமாக அவர் அஸ்ஸாமிய மொழியில் உள்ள பிராகிருதக் கூறுகளின் பட்டியலைத் தருகிறார். இன்று நவீன இந்தோ ஆரிய மொழிகள் என வகைப் படுத்தப்படும் கிழக்கு மொழிகளின் பண்டைய வடிவங்கள்

---

63. Maheswar Neog, *Essays on Assamese Literatures*, Guwahati: Omsons Publications, 2004, pp. 26–27.

சமஸ்கிருதத்திற்குத் (தற்போது அங்கீகரிக்கப்படும் அளவைக் காட்டிலும்) கணிசமான பங்களிப்பைச் செய்திருக்கின்றன என்னும் உரிமைகோரலுக்கு அழுத்தம் தர நியோக் தயங்குவது புரிந்துகொள்ளக் கூடியதுதான். துரதிருஷ்ட வசமாக கடந்த இரண்டு நூற்றாண்டுகளில் சமஸ்கிருதத்திற்குக் கிடைத்திருக்கும் கவனத்தோடு ஒப்பிடுகையில் பிராகிருத மொழிகளுக்குக் கல்விப்புலம் சார்ந்த கவனம் போதிய அளவில் கிடைக்கவில்லை. ஆனால் குஜராத்தி, மராத்தி, ஓரியா, வங்க மொழி, அஸ்ஸாமியா ஆகிய நவீன இந்தோ ஆரிய மொழிகள் பிராகிருதம், சமஸ்கிருதம் ஆகிய இரு மொழிகளிலிருந்தும் பரிணமித்தவை என்பது தற்போது ஒப்புக்கொள்ளப்பட்டிருக்கிறது. சமஸ்கிருதமும் அதற்கு முன்பு இருந்த பிராகிருத வடிவங்களால் தாக்கம் பெற்றிருக்கிறது என்பதை அறிவது இங்கே முக்கியமானது. இந்தத் தாக்கம் ஒருவழிப் பாதையல்ல. ஒன்றையொன்று வளமூட்டிய பரிமாற்றம். இந்தியாவின் விதியின்மீது இந்தப் பரிமாற்றம் ஆழ்ந்த தாக்கத்தைச் செலுத்தியிருக்கிறது. தொடக்கக் கால இந்தோ ஆரிய மொழியை அதன் மொழியியல் சகோதரியான தொடக்கக் கால இந்தோ இரானிய மொழியுடன் ஒப்பிட்டால் பிராகிருத மொழிகள் சமஸ்கிருதத்தின்மீது எந்த அளவுக்குத் தாக்கம் செலுத்தியிருக்கிறது என்பதை அறியலாம்.

> இந்தோ–ஆரிய மொழியில் *i/ī* என்ற ஒலி மூல இந்தோ–ஐரோப்பிய தொண்டையொலியைக் குறிக்கிறது. இது சமஸ்கிருத மொழியில் *duhitṛ- 'daughter' (cf. Greek thugátēr)* என்னும்சொல்லில்வருவதுபோலசொல்லின்முதலசைகளில் மட்டுமல்லாமல் பொதுவாகச் சொல்லின் இடைநிலை அசைகளிலும் வரும். அவேஸ்தன் மொழியில் *dugədar–, duγδdar–* என்னும் சொற்கள் இவ்வொலியை இழந்ததுபோல இரானிய மொழியில் அசல் தொண்டையொலி இவ்விடங் களை இழந்து விட்டது. இதைப்போல சமஸ்கிருதத்தில் *bravīti* என்றால் 'பேசுகிறார் / சொல்கிறார்' என்று பொருள். *vṛṇīte* என்றால்' தேர்ந்தெடுக்கிறார்' என்று பொருள். ஆனால் அவேஸ்தன் மொழியில் இவை *mraoi ti, vərə ṇtē.* என்பது *'warm'*. இரானிய மொழி, இந்தோ–இரானிய உயிர்ப்பு அதிர்வு மெய்யொலிகளை அவற்றின் இன உயிர்ப்பிலா மெய்யொலிகளால் பதிலீடு செய்துள்ளது. எடுத்துக்காட்டாக, சமஸ்கிருத *gharma - 'warmth', dhā - 'put, make' and bhṛ 'caary, bear'* என்பனவற்றில் *gh, dh, bh* என்பன உயிர்ப்பு அதிர்வு மெய்யொலிகள். ஆனால் இவை அவேஸ்தன் மொழியில் *garə ma-'warm''* என்றும், அவேஸ்தன், பழைய பெர்சியன் மொழிகளில் *dā, bar* என்றும் வழங்குகின்றன.

> மேலும் இரானிய மொழி, மெய்யொலிக்கு முன்னர் *p* போன்ற தடையொலிகளை *f* போன்ற உரசொலிகளாக மாற்றுகிறது. எடுத்துக்காட்டாக, சமஸ்கிருத *putra* என்ற சொல் அவெஸ்தனில் *puθra* என்றும், பழைய பெர்சியனில் *pussa* என்றும் வழங்கும். இன்னும், இரானிய மொழியில் மூக்கொலி அல்லாத தடையொலிகளுக்கு முன்னரும் *I,u,r,k* என்னும் ஒலிகளுக்குப் பின்னரும் *h* என்னும் ஒலி *s* என்னும் ஒலியைப் பதிலீடு செய்கிறது. எடுத்துக்காட்டாக, சமஸ்கிருத *sapta–*, *sarva* என்பதற்கு மாறாக, அவேஸ்தனில் *hapta– 'seven'*, *hauruua-'whole'* என்றும், பழைய பெர்சியனில் *haruva 'whole'* என்றும் வரும்.[64]

இந்தியாவின் பிராகிருத மொழிகள் வரலாற்றைப் பிரதிநிதித்துவப்படுத்தத் தங்களுக்கே உரிய வழிமுறைகளைக் கொண்டிருக்கின்றன. ராஜஸ்தானில் உள்ள சரணி வரலாறு, அஸ்ஸாமியா மொழியில் உள்ள புராஞ்சி, மராட்டியத்தில் உள்ள பகர் ஆகியவை நன்கு அறியப்பட்ட இடைக்கால வரலாறுகள். மகாபாரதம் குறித்த வருங்கால ஆராய்ச்சியில் இந்தியாவின் மேற்குப் பகுதிகளில், குறிப்பாக ராஜஸ்தான் மாநிலத்தின் கட்ச் பகுதியில் உள்ள பரந்து விரிந்த பாலைவனப் பகுதியிலும் அருகிலுள்ள சிந்து (தற்போது பாகிஸ்தானில் உள்ளது) பகுதியிலும் உள்ள வாய்மொழி வரலாற்று மரபுகளில் மேற்கொள்ளப்படும் ஆய்வுகள் மிகவும் சுவாரஸ்யமானவையாக இருக்கக்கூடும். மூல பாரதக் கதை வாய்மொழி வடிவில் புழக்கத்திற்கு வருவதற்கு 16 நூற்றாண்டுகளுக்கு முன்பு, விரிவான மகாபாரதம் தொகுக்கப்படுவதற்குச் சுமார் 25 நூற்றாண்டுகளுக்கு முன்பு, சிந்து சமவெளி நாகரிகம் இங்குதான் தழைத்திருந்தது. அந்த நாகரிகம் மறைந்த பிறகும் அங்கே மனிதர்கள் வசித்துவந்தார்கள். சிந்து சமவெளியில் கிடைத்த கல்வெட்டுக்களின் பொருளை அறிவதில் ஆய்வாளர்களுக்கு என்றாவது ஒருநாள் வெற்றி கிடைக்கலாம். அகழாய்வில் மேலும் பல தடயங்கள் கிடைக்கலாம். அப்படி நடந்தால் இந்திய வரலாற்றின் இந்தக் காலகட்டம் பற்றி மேலும் பலவற்றை நாம் அறிய முடியும். அது நடக்கும்வரையிலும் நாம் இந்தப் பகுதியில் பயன்பாட்டில் இருந்த பிராகிருத மொழியின் வகைமைகளில் 'வரலாறு' குறித்த மாறுபட்ட உணர்வு வெளிப்பட்டிருக்கிறது என்று குறிப்பிடுவது பயனுள்ளதாக இருக்கும். இத்தாலியின் நாட்டார் வழக்காற்றியல் அறிஞரான லூசி பியோ டெஸ்ஸிடோரி

---

64. 'Characteristics of Iranian and Indo-Aryan', *Encylopaedia Britannica*, <https://www.br itannica.com/topic/Indo -Iranian-languages/Characteristics-of-Iranian-and-Indo-Aryan> [accessed: 9 June 2020].

தன்னுடைய குறுகிய வாழ்நாளுக்குள் ராஜஸ்தானில் நிலவிய பண்டைய செய்யுள் மரபைக் குறித்த குறிப்பிடத்தக்க ஆய்வை மேற்கொண்டார். சமகாலத்து இளம் வரலாற்றறிஞரான தனுஜா கோத்தியால் ராஜஸ்தானில் நாடோடிச் சமூகங்களின் கலாச்சார முக்கியத்துவத்தின்மீது வெளிச்சம் பாய்ச்சி யிருக்கிறார். டெஸ்ஸிடோரியின் *'Bardic and Historical Survey of Rajputana'* என்ற நூலையும் குஜராத் நாட்டார் வழக்காற்றியல் அறிஞர் ஜாவேர்சந்த் மெகானியின் ஆய்வையும்–குறிப்பாக, திங்கல் மொழியில் சரணி மரபு சித்தரிக்கப்பட்டுள்ள விதத்தையும் சுட்டிக்காட்டும் தனுஜா கோத்தியால், திங்கல் பாணியின் வேர்களைப் பிராகிருதத்திலும் அபப்ரம்சாவிலும் காணலாம் என்று கூறுகிறார். சரணியில் உள்ள கதையாடல்கள் அலங்கார எடுத்துரைப்புக்குப் பேர்போனதாக இருந்தாலும் அவற்றிலுள்ள 'உண்மை'க் கூறுகளை அவர் கவனப்படுத்துகிறார்.

> உணர்ச்சிகள் கலக்காத தகவல்களை அடிப்படையாகக் கொண்ட வரலாற்றுப் பதிவுகளின் அளவுகோல்களின்படி சரண்களின் கதைப் பாடல்கள் குறைத்து மதிப்பிடப் படுகின்றன. இவற்றை வரலாறாகக் கொள்ளாமல் கவிதையியல், மொழியியல் ஆகிய தளங்களில் வைத்து ஆய்வுசெய்ய வேண்டும் என்று கூறப்பட்டது. சரண்கள் தங்கள் படைப்புகளை 'வரலாறு' என்று சொல்லிக் கொண்டார்களா என்னும் கேள்வியை நாம் எழுப்ப வேண்டும். சரண்களின் படைப்புகளில் 'விருப்பு வெறுப்பற்ற' வரலாற்றைக் காண விழைவது பொருளற்றது. ஏனென்றால் சரண்களின் பங்கு 'விருப்பு வெறுப்பற்ற' வரலாற்றாசிரியராக இருத்தல் அல்ல. ஞானியைப் போல, கதைகளைப் பாதுகாப்பவர்களாக, மரபைப் பாதுகாப்பவர்களாக அவர்கள் பணி அமைந்திருந்தது. சரண் படைப்பாளி உண்மையைப் பிரக்ஞைபூர்வமாக மாற்றி எழுதுவதில்லை. தான் கண்ட விதத்தில் அவர் உண்மையைச் சித்தரிக்கிறார். இந்த 'உண்மை' விருப்பு வெறுப்பற்ற தகவல்களுடன் தொடர்புகொண்டதல்ல. சரண் காப்பாற்ற விரும்பிய சமூக அமைப்புடனும் இலட்சியங்களுடனும் தொடர்புகொண்டது.[65]

மானுட வரலாற்றில் வரலாற்றியல் கண்ணோட்டங் களுக்கிடையில் அவ்வப்போது மோதல்கள் நிகழ்வதுண்டு. ஒன்றையொன்று விஞ்சுவதும் உண்டு. பொது ஆண்டுக்குப் பிந்தைய

---

65. Tanuja Kothiyal, *Nomadic Narratives: A History of Mobility and Identity in the Great Indian Desert*, New Delhi: Cambridge University Press, 2016, p. 230.

முதல் ஆயிரமாண்டில் ரோமானிய வரலாற்றாய்வாளர்கள் கிரேக்க வரலாற்றையும் வரலாற்றுப் பாடல்கள் சொன்ன வற்றையும் பொருத்தமற்றதாகத் தோற்றமளிக்கச்செய்தார்கள். முதல் நூற்றாண்டைச் சேர்ந்த பிளினி (பொ.ஆ. 34–79) மெகஸ்தனீஸை (பொ.ஆ.மு. 350–290) புனைகதையாளர்போலத் தோன்றச்செய்தார். இந்தியாவில் காலனியாட்சிக் காலத்தில் மன்னர்கள் நியமித்த வரலாற்றாசிரியர்களை ஐரோப்பிய வரலாற்றாசிரியர்கள் ஒன்றுமில்லாமல் ஆக்கிவிட்டார்கள். காலனிய காலத்தின் வரலாற்றியலுக்கும் அதற்கு முந்தைய காலத்தைச் சேர்ந்த வரலாற்றியலுக்கும் இடையிலான தொடர்புகள் குறித்துத் தனுஜா கோத்தியால் கவனம் செலுத்து கிறார். இந்தப் பார்வையை ஆயிரத்து ஐநூறு ஆண்டுகளின் அறிவார்த்தக் கலாச்சாரத்திற்கு விரிவுப்படுத்திப் பார்ப்பது அர்த்தமுள்ள செயலாக இருக்காது. விரிவான மகாபாரதத்தை இயற்றியவராகக் கருதப்படும் வியாசர் மேற்குப் பகுதிகளில் புழங்கிவந்த பிராகிருத மொழியின் வாய்மொழி வரலாற்று வடிவங்களை அறிந்திருந்தாரா என்று சொல்லிவிட முடியாது. ஆனால் சரணி வாய்மொழி வரலாறு குறித்த தனுஜாவின் விவரிப்பு வியாசரின் மகாபாரதம் இந்திய வரலாற்றில் பெற்ற முக்கியத்துவத்தைப் பார்ப்பதற்கான கண்ணோட்டத்தைத் தருகிறது. காலவரிசைப்படி அமைந்த, காரணம்–விளைவு என்னும் தர்க்கத்தின் அடிப்படையிலான வரலாறுகள் அல்லாத பிற வரலாறுகளை அணுகும்போது சமூக அமைப்பின் 'உண்மை' என்பது மிகவும் பயனுள்ள வரலாற்றியல் கோட்பாடாக இருக்கிறது. இத்தகைய பிறவகை வரலாறுகளில் சொல்லப்பட்டவற்றுக்கும் அவை யாரை முன்னிட்டுச் சொல்லப்பட்டன என்பதற்குமான உயிரோட்டமுள்ள தொடர்பில்தான் இந்த 'உண்மை'யின் மதிப்பு இருக்கிறது என்று அரவிந்தர் கூறுகிறார். ராமாயணமும் மகாபாரதமும் இந்திய மக்கள்மீது செலுத்தியிருக்கும் அபரிமிதமான செல்வாக்கைப் பற்றிப் பேசுகையில் அவர் இவ்வாறு குறிப்பிடுகிறார்:

> மகாபாரதம், பரத வம்சத்தின் கதை மட்டுமல்ல; தேசிய மரபாக மாறிவிட்ட தொடக்கக் கால நிகழ்வைப் பற்றிய காவியம் மட்டுமல்ல. விரிவானதொரு அளவில் அது இந்தியாவின் ஆன்மா, சமய–நெறிமுறைகள் சார்ந்த மனம், அரசியல்–சமூக இலட்சியங்கள், இந்தியாவின் பண்பாடு, வாழ்க்கை ஆகியவற்றின் காவியம். இந்தியாவில் இருப்பவை எல்லாம் மகாபாரதத்திலும் இருக்கின்றன என்று சொல்லப்படுவது ஓரளவு உண்மைதான். மகாபாரதம் தனிப்பட்ட ஒருவரின் மனதிலிருந்து உருவான படைப்பு

அல்ல. அது தேசத்தின் மனம்; ஒட்டுமொத்த மக்களும் எழுதிய கவிதை.[66]

அரவிந்தரின் இந்த மதிப்பு வாய்ந்த கருத்துடன் காவியப் பொருளை மகாபாரதம் கையாளும் தனித்துவமான விதம் குறித்த என் பார்வையையும் முன்வைக்க விரும்புகிறேன். மிகவும் கவனம் பெற்ற பாத்திரங்களில் புராண உலகைச் சேர்ந்த யமனும் மகாபாரதப் பாத்திரமான யுதிஷ்டிரனும் உள்ளனர். சக்கரம் என்னும் உருவகமும் அதே அளவு முக்கியமானது. காலமே வியாசரின் கவனத்தில் மிக முக்கியமான அம்சமாக இருப்பதை இவை இரண்டும் காட்டுகின்றன. பிரபஞ்ச காலம், புராண காலம், வரலாற்றுக் காலம், தனிப்பட்ட பாத்திரங்களின் பிரக்ஞையில் உள்ள காலம் எனக் காலத்தைப் பல விஷயங்களில் முன்வைக்கிறார். அனந்தம் என்னும் நாகம் சுருள் வடிவில் இருப்பதாகச் சித்தரிக்கும் பண்டைய சிற்பம் ஒன்று உள்ளது. காலம் ஆதியும் அந்தமும் அற்றது என்பதைக் குறிக்கும் சிற்பம் இது. இந்தப் பாம்பு ஓரளவு வட்டப் பாதையிலும் ஓரளவு நேர்கோட்டுப் பாதையிலும் இயங்குகிறது. அனந்த நாகத்தை ஆள்பவர் விஷ்ணு. அனந்தனை முடிவற்ற காலமாக ஏற்றுக்கொள்ளும் பிரபஞ்சப் பார்வையில் கிருஷ்ணர் விஷ்ணுவின் அவதாரமாகக் கருதப்படுகிறார். எனவே, மானுட, வரலாற்றுப் பாத்திரங்களைத் தவிரப் பிரபஞ்ச காலத்தின் அம்சமாகவும் கிருஷ்ணர் சித்தரிக்கப்படுகிறார். அவரே அதன் கடவுள், அதன் தலைவர். விஷ்ணு படுத்திருக்கும் சேஷ நாகத்தின் தீய அவதாரமான காளிங்க நாகத்தைக் கிருஷ்ணன் அடக்குகிறார். சுதர்சன சக்கரத்தைக் கைகளில் ஏந்தியிருக்கிறார். முக்காலங்களிலும் வாழ்க்கையும் உயிர்களும் இயங்கும் விதத்தைப் போர்க்களத்தில் அர்ஜுனனுக்குக் காட்டுகிறார்.

காலம் என்னும் மாயை காவியத்தின் அனைத்துப் பாத்திரங்களையும் ஸ்பரிசிக்கிறது. அனைவருமே புராணிகமான சம்பவங்களின் மூலமாகவே பிறக்கிறார்கள். புராணங்களில் வருவதைப் போலவே அவர்கள் வரங்களையும் சாபங்களையும் பெறுகிறார்கள். புராணக் காலத்திற்கு நடைமுறை சார்ந்த கால வரையறை எதுவும் கிடையாது. வியாசரைப் போன்ற பாத்திரம் தோற்றத்தில் எந்த மாற்றமும் இல்லாமல் கதையின் தொடக்கத்திலும் பல தலைமுறைகள் தாண்டியும் வரலாம். கங்கை நினைத்தபோது மனித வடிவம் எடுக்கலாம். பிறகு மறைந்தும் போகலாம். குரு வம்சத்து இளவரசர்கள் பயிற்சி பெறுவது, அவர்களுடைய அரசியல் நடவடிக்கைகள்,

66. Aurobindo, *The Mahabharata*, p. 167.

வனவாசம், குருட்சேத்திரப் போர் ஆகிய நிகழ்வுகள் சாகச நாயகர்களின் கதைகளில் வருவதுபோன்ற மிகைத்தன்மையுடன் ஆனால், மானுட வாழ்வின் கால அளவைக்குட்பட்டு நிகழ்கின்றன. யட்சனுடனான யுதிஷ்டிரனின் சந்திப்பு, போரின் தொடக்கத்தில் கிருஷ்ணனுடன் அர்ஜுனன் மேற்கொள்ளும் உரையாடல், பீஷ்மர் பல மாதங்கள் மரணப் படுக்கையில் இருப்பது ஆகியவை காலத்தின் தீவிரமான உளவியல் சார்ந்த சித்தரிப்புகள்.

காலத்தின் இந்த நான்கு விதமான கற்பனைகளையும் மகாபாரதம் ஒன்றாக இணைக்கிறது. இந்த அற்புதக் காவியத்தை இயற்றிய கவிஞர் நான்கு விதமான காலங்களையும் பிரித்தறிய முடியாத அளவுக்கு ஒன்றிணைக்கும் மாயா காலத்தை தீவிரத்துடனும் அனாயாசமாகவும் நிகழ்த்துகிறார். மாறுபட்ட இந்தப் போக்குகளை அல்லது காலத்தின் கற்பிதங்களைப் பிசிறின்றி இணைக்கும் இந்தத் தன்மையைத்தான் வரலாற்றைக் கூறுவதில் மகாபாரதத்தின் வழிமுறை என நான் குறிப்பிடுகிறேன். இது முற்றிலும் விருப்பு வெறுப்பற்ற உண்மையும் அல்ல; முழுமையான கற்பனையும் அல்ல. உண்மை, கற்பனை ஆகிய வெளிகளுக்கு அப்பால் இது தனக்கே உரிய உலகமாக உருக்கொள்கிறது. இவையெல்லாம் என்ன என்னும் கேள்விக்கு, இதிலுள்ள பலப்பல முக்கியமான கூறுகளைத் தவிர இது, கடந்த காலங்களின் கூட்டிணைவாக, காலத்தின் எல்லா அம்சங்களின் சங்கமமாக இருக்கிறது என்ற விடையைப் பெருமளவிற்கு நியாயமான முறையில் அளிக்கலாம். கடந்த காலத்தைப் பார்ப்பதற்கான முறைமையை மகாபாரதம் இந்தியர்களுக்குக் கொடுத்தது. இந்த முறையைத் தவிர்த்துவிட்டுத் தங்கள் கடந்த காலத்தை, வரலாற்றை இந்தியர்களால் பார்க்க முடியாமல் இருப்பதற்கு இதுதான் காரணம். இன்றளவிலும் அவர்கள் இந்தக் காவியத்தைப் போற்றிவருவதன் காரணமும் இதுதான். இது சித்தரிக்கும் வர்ண அமைப்பு மனிதர்களிடையே சமத்துவம் நிலவ வேண்டும் என்று கருதும் எந்த இந்தியரையும் புண்படுத்தும். இது முன்னிறுத்தும் மறுபிறப்பு என்னும் கருத்தை நவீன மனத்தினால் ஏற்றுக்கொள்ள முடியாது. இது அங்கீகரிக்கும் சமூக அமைப்பு கிட்டத்தட்ட ஆண்டான்-அடிமை முறைக்கு ஒப்பாக இருப்பதையும் ஏற்றுகொள்ள முடியாது. ஆனால், இந்தியர்கள் மகாபாரதத்தைக் கடந்த காலத்தின் படைப்பாகக் கருதவில்லை; ஏனென்றால் அது கடந்த காலத்தைப் பார்ப்பதற்கான மகாபாரதரீதியிலான வழிமுறையை அவர்களுக்கு அளிக்கிறது.

●

துணை நூல்கள்

'Characteris tics of Iranian and Indo-Aryan', *Encyclopaedia Britannica*, <www.britannica.com/topic/Indo-Iranianlanguages/Characteristics-of-Iranian-and-Indo-Aryan> [accessed: 9 June 2020].

Ambedkar, B. R., *Annihilation of Caste: The Annotated Critical Edition*, Introduction by Arundhati Roy, New Delhi: Navayana, 2014.

Anthony, David W., *The Horse, the Wheel, and Language: How Bronze-Age Riders from the Eurasian Steppes Shaped the Modern World*, Princeton and Oxford: Princeton University Press, 2007.

Aurobindo, Sri, *The Mahabharata: Essays and Translations*, Pondicherry: Sri Aurobindo Ashram, 1991, 2019.

Balasubramaniam, R., *Marvels of Indian Iron through the Ages*, Infinity Foundation Series, New Delhi: Rupa Publications, 2008.

Das, Ashok Kumar, *Paintings of the Razmnama: The Book of War*, Ahmedabad: Mapin Publishers, 1985.

Deshpande, Madhav M., 'Aryan Origins: Brief History of Linguistic Arguments', in Thapar, Romila et al., *India: Historical Beginnings and the Concept of the Aryan*, New Delhi: National Book Trust, 2013.

Eswaran, Eknath, introduction and trans., *The Dhammapada*, New Delhi: Penguin Books India, 1986.

Gambhirananda, Swami, trans., *Bhagavad Gita: With the Commentary of Shankaracharya*, Kolkata: Swapna, 1991.

Griffith, Ralph T. H., trans., *The Rig Veda*, 1896, Sacred Texts, <www.sacred-texts.com/hin/rigveda> [accessed: 1 July 2021].

Kenoyer, Jonathan Mark, 'Cultures and Societies of the Indian Tradition', in Romila Thapar et al., *India: Historical Beginnings and the Concept of the Aryan*, New Delhi: National Book Trust, 2013.

Kothiyal, Tanuja, *Nomadic Narratives: A History of Mobility and Identity in the Great Indian Desert*, New Delhi: Cambridge University Press, 2016.

Neog, Maheswar, *Essays on Assamese Literatures*, Guwahati: Omsons Publications, 2004.

Olivelle, Patrick, trans., *Dharmasutras: The Law Codes of Ancient India*, New Delhi: Oxford University Press, 1999.

Patil, Sharad, *Caste Feudal Servitude*, Shirur: Mavalai Prakashan, 2006.

Radhakrishnan, S., *The Principal Upanishads: Edited with Introduction, Text, Translation and Notes*, New Delhi: Oxford University Press, 1953, 1990.

Reich, David, *Who We Are and How We Got Here: Ancient DNA and the New Science of the Human Past*, New York: Pantheon Books, 2018.

Robinson, Andrew, *Lost Languages: The Enigma of the World's Undeciphered Scripts*, New York: Thames and Hudson, 2002.

Shulman, David, *Tamil: A Biography*, Cambridge, MA: Harvard University Press, 2016.

Tilak, Bal Gangadhar, *Orion: Or Researches into the Antiquity of the Vedas*, Pune: Geeta Printers, 1893, 1999.

Note: *The Critical Edition of the Mahabharata*, a project of the Bhandarkar Oriental Research Institute, Pune, spread over several decades, and edited by Bhandarkar, Belvalkar and Sukhathankar in different times has resulted in a version of the *Mahabharata* spanning nineteen volumes (twenty-two books) which offers a comparative and critical version of the *Mahabharata*. The volumes originally published by the Bhandarkar Institute were re-published in a single set edition by Penguin in 2019.

மகாபாரதம் சித்தரிக்கும் பாரம்பரியம்

(Genealogy)

குறிப்பு: இந்தப் பட்டியலை வரலாற்றுப் பதிவாகக் கருத வேண்டாம். கடந்த காலங்களை மகாபாரதம் எப்படிப் பார்த்தது என்பதை வாசகர்களுக்குச் சொல்வதற்கான பட்டியல் இது. ஆதி பருவத்தின் 66, 67ஆம் பகுதிகளில் (சம்பவ பருவம்) இவை உள்ளன. புராணத்தையும் வரலாற்றையும் பிசிறின்றி இவை இணைக்கின்றன.

தெய்வங்களும் அவர்கள் இயல்புகளும்

எட்டு வசுக்கள், பதினோரு ருத்ரர்கள், பன்னிரண்டு ஆதித்யர்கள், பிரஜாபதி, வஷத்கரர் என 33 தெய்வீகப் பிறவிகள் உள்ளன.

பிரம்மாவின் புதல்வர்கள்: மரீசி, ஆங்கிரஸ், அத்ரி, புலஸ்தியர், புலஹர், க்ரது ஆகிய ஆறு பெரும் ரிஷிகளுடன் ஏழாவதாக ஸ்தாணு.

ஸ்தாணுவின் புதல்வர்கள் பதினோரு பேர்: மிருகவயதர், சர்ப்பர், நிருதி, அஜய்கபாதர், அஹிவ்ரதனர், பினாகி, தஹனர், ஈஸ்வரன், கபாலி, ஸ்தாணு, பர்கர்.

இவர்கள் பதினோரு ருத்ரர்கள் எனக் குறிப்பிடப்படு கிறார்கள்.

ஆங்கிரஸின் புதல்வர்கள் மூவர்: பிருஹஸ்பதி, உதத்தியர், சம்வர்த்தர்.

அத்ரிக்கு எண்ணற்ற புதல்வர்கள்.

ராட்சசர்கள், வானரங்கள், கிண்ணரர்கள் (பாதி மனித, பாதி குதிரை வடிவம் கொண்டவர்கள்), யட்சர்கள் ஆகியோர் புலஸ்தியரின் புதல்வர்கள்.

புலகரின் புதல்வர்கள்: சலபாஸ் (இறக்கை உள்ள பூச்சிகள்), சிங்கங்கள், கிம்புருடர்கள் (பாதி சிங்கம், பாதி மனித வடிவம்) புலிகள், கரடிகள், ஓநாய்கள்.

க்ரதுவின் புதல்வர்கள் சூரியனின் துணைவர்கள்.

தட்ச ரிஷி பிரம்மாவின் வலது கால் நுனியிலிருந்து பிறந்தவர்.

பிரம்மாவின் இடது கால் நுனியிலிருந்து தட்சரின் மனைவி பிறந்தார். தட்ச முனிவர் தன் மனைவியின் மூலம் 50 பெண்களையும் தன்னுடைய பேத்திகளையும் பெற்றார் (அவர்களுடைய மகன்கள் அவருக்கும் அவர்களுடைய கணவருக்கும் உரியவர்கள்).

தட்சர் தன்னுடைய பத்துப் புதல்விகளை தர்மருக்குப் பரிசளித்தார். கீர்த்தி, லட்சுமி, திருதி, மேதை, புஷ்டி, சிரத்தை, கிரியை, லஜ்ஜை, மதி ஆகியோரே அவர்கள். சந்திரனிடம் 27 நட்சத்திரங்கள், காஸ்யபரிடம் பதின்மூன்று.

பிரம்மாவுக்கு மனு என்ற மகனும் உண்டு. மனுவின் மகன் பிரஜாபதி. அவருக்கு எட்டுப் புதல்வர்கள்: தாரா, துருவன், சோமன், அஹஸ், அநிலன், அநலன், பிரத்யூஷன், பிரபாசன் இவர்கள் வசுக்கள் என அழைக்கப்பட்டார்கள்.

தரனும் உண்மையை அறிந்த துருவனும் தும்ரைக்குப் பிறந்தவர்கள்.

சந்திரமாஸும்(சோமன்) சுவாசனாவும்(அநிலன்) அறிவில் சிறந்த சுவாசனுக்குப் பிறந்தவர்கள். அஹஸ் ரதனுக்குப் பிறந்தவன். ஹுதாசனன்(அநலன்) சாண்டில்யனுக்குப் பிறந்தவன். பிரத்யுஸனும் பிரபாசனும் பிரபாதாவின் புதல்வர்கள்.

தரனுக்குத் திரவணன், ஹுதஹவ்யவஹன் என இரு புதல்வர்கள்.

துருவனின் மகன்தான் புகழ்பெற்ற காலன் (காலம்). உலகை அழிப்பவன். சோமனின் மகன் ஒளிவீசும் வர்ச்சாஸ்.

சிலிரனும் ரமணனும் வர்ச்சாஸுக்கும் அவன் மனைவி மனோகரைக்கும் பிறந்தவர்கள்.

அஹ்ஸின் புதல்வர்கள் ஜோதி, சமன், சாந்தன், முனி.

அக்னியின் புதல்வன் குமரன், நாணல் காட்டில் பிறந்தவன், கார்த்திகேயன் என்றும் அழைக்கப்படுகிறான்.

சாகன், விசாகன், நைகமேயன் என அக்னிக்கு மேலும் மூன்று புதல்வர்கள்.

அநிலனின் மனைவி சிவை.

சிவையின் புதல்வர்கள் மனோஜவன், அவஜ்ஜாதகதி.

பிரத்யுஷனின் புதல்வன் தேவலர்.

தேவலருக்கு இரண்டு மகன்கள். இருவரும் பரந்த மனப்பான்மையும் மகத்தான மன ஆற்றலும் கொண்டவர்கள்.

பிருஹஸ்பதியின் சகோதரி, முதல் பெண் பிறவி, புனித உண்மையைக் கூறியவாறு பூமியைச் சுற்றி வந்தாள். எட்டாவது வசுவான பிரபாசனைத் திருமணம் செய்துகொண்டாள்.

பிரபாசனும் பிருஹஸ்பதியின் சகோதரியும் விஸ்வகர்மனைப் பெற்றெடுத்தார்கள். விஸ்வகர்மன் அனைத்துக் கலைகளையும் தோற்றுவித்தவர்.

எல்லாவித இன்பங்களையும் தரும் தர்மன் பிரம்மனின் இடது மார்பிலிருந்து பிறந்தான்.

சமன், காமன், ஹர்ஷன் என தர்மனுக்கு மூன்று சிறப்பான புதல்வர்கள் பிறந்தார்கள்.

காமனின் மனைவி ரதி.

சமனின் மனைவி பிராப்தி.

ஹர்ஷனின் மனைவி நந்தை.

மரீசியின் மகன் கஸ்யபர்

தேவர்களும் அசுரர்களும் கஸ்யபருக்குப் பிறந்தவர்கள். ஆகவே இவரே உலகின் தந்தை.

சூரியனின் மனைவி த்வஸ்த்ரி இரட்டையர்களான அஸ்வினி சகோதரர்களைப் பெற்றாள்.

அதிதிக்குப் பன்னிரண்டு புதல்வர்கள். அனைவரிலும் மூத்தவர் இந்திரன்.

அனைவரிலும் இளையவர் விஷ்ணு.

○

புகழ்பெற்ற பிருகு பிரம்மனின் மார்பைக் கிழித்துக்கொண்டு வெளியே வந்தார்.

கல்வியில் சிறந்த சுக்கிரர் பிருகுவின் மகன்.

மந்திர ஆற்றலால் தன்னை இரு பிரிவுகளாக ஆக்கிக் கொண்ட சுக்கிரர் தைத்யர்களுக்கும் தேவர்களுக்கும் ஆன்மிக குருவாக விளங்கினார். சுக்கிரரை இத்தகைய பணியில் பிரம்மன் ஈடுபடுத்திய பிறகு பிருகு ச்யவனன் என்னும் புதல்வனைப் பெற்றார்.

மனுவின் மகன் ஆருஷி ச்யவனனின் மனைவி.

இவர்களுடைய மகன் ஔர்வர்.

ஔர்வருக்குப் பிறந்தவள் ரிசீகர்.

ரிசீகரின் மகன் ஜமதக்னி.

ஜமதக்னிக்கு நான்கு புதல்வர்கள். அவர்களில் இளையவர் பரசுராமர்.

பரசுராமர் க்ஷத்திரியர்களை அழித்தார்.

ஔர்வருக்கு ஜமதக்னியுடன் சேர்ந்து நூறு புதல்வர்கள். இந்த நூறு பேரும் ஆயிரக்கணக்கில் குழந்தைகளைப் பெற்றார்கள். அவர்கள் பூமி முழுவதும் பரவினார்கள். பிரம்மனுக்கு தாதா, விதாதா என மேலும் இரண்டு புதல்வர்கள். இவர்கள் மனுவுடன் வசித்தார்கள்.

இவர்களுடைய சகோதரி சுபிட்சம் தரும் லட்சுமி.

லட்சுமியின் மனதில் உண்டானவர்கள் வானில் பறக்கும் குதிரைகள்.

சுக்கிரரின் மகளான ஜ்யேஷ்டாதேவி வருணனின் முதல் மனைவி ஆகிறாள். அவளுக்கு பலன் என்ற மகனும் சுரை என்ற மகளும் பிறக்கிறார்கள்.

எல்லா உயிரினங்களையும் அழிக்கக்கூடிய அதர்மண் சுரையிடம் பிறந்தான்.

அதர்மனின் மனைவி நிருருதி அவர்கள் நைருதர்களைப் பெற்றெடுக்கிறார்கள். பயன், மஹபயன், மிருத்யு ஆகிய கொடூரமான மகன்களையும் பெறுகிறார்கள்.

விலங்குகளும் தாவரங்களும்

தம்ரா உலகம் முழுவதிலும் அறியவந்த ஐந்து புதல்வி களைப் பெற்றார்.

காகி (காகம்), ஸ்யேனி (பருந்து), பாசி (கோழி), திருதராஷ்ட்ரி (வாத்து), சுகி (கிளி) ஆகியோரே அந்த ஐவர். காசி காகங்களையும் ஸ்யேனி பருந்துகளை, சேவல்கள், கழுகுகளையும் திருதராஷ்ட்ரி வாத்துக்கள், அன்னப் பறவைகளையும், சக்கரவாகங்களையும் உருவாக்கினார்கள். இனிய குணங்களும் மங்களகரமான அடையாளங்களும் கொண்ட சுகி, கிளிகளை உருவாக்கினார். குரேதவசை ஒன்பது புதல்விகளைப் பெற்றாள். அனைவரும் கோபத்தின் வடிவங்களாக விளங்கினார்கள். அவர்கள் பெயர்கள்: மிருகி, மிருகமந்தை, ஹரி, பத்ரமனஸ், மாதங்கி, சார்த்தூலி, ஸ்வேதை, சுரபி, சுரஸை. இவர்களில் சுரஸை எல்லாவிதமான நற்பண்புகளையும் பெற்றிருந்தாள். மனிதர்களில் சிறந்தவனே, மிருகமந்தை கரடி வகையைச் சேர்ந்த அனைத்து விலங்குகளையும் ஸ்ரீமாரா (வியர்வை வழியும் பாதங்களைக் கொண்ட) என அழைக்கப்படும் உயிரினங்களையும் பெற்றாள். பத்ரமனஸ் தேவலோகத்து யானை ஐராவதத்தைப் பெற்றாள். ஹரிக்குப் பிறந்த விலங்குகள் அனைத்தும் துடிப்பான செயல்பாடுகள் கொண்ட உயிரினங்களாக இருந்தன. குதிரைகளும் ஹரிக்குப் பிறந்தன. கோலாங்கூல (பசுவின் வால் கொண்ட) விலங்குகளும் ஹரியிடமிருந்தே பிறந்தன. சார்த்தூலி எண்ணற்ற சிங்கங்களையும் புலிகளையும் சிறுத்தைகளையும் வலிமை வாய்ந்த இதர விலங்குகளையும் பெற்றாள். ஸ்வேதை, மிகுந்த வேகம் கொண்ட ஸ்வேதை என்னும் பெரிய யானையைப் பெற்றாள். சுரபி இனிய சுபாவம் கொண்ட ரோஹிணி, புகழ்பெற்ற கந்தர்வி என இரு புதல்விகளைப் பெற்றாள். விமலை, அநலை என மேலும் இரண்டு மகள்களையும் பெற்றாள். ரோஹிணியிடமிருந்து பசுக்கள் அனைத்தும் பிறந்தன. கந்தர்வி குதிரை இனத்தைச் சேர்ந்த அனைத்து விலங்குகளையும் பெற்றாள். கூழ் உள்ள பழங்களைத் தரும் பேரீச்சை, பனை போன்ற ஏழுவிதமான மரங்களை அநலை பெற்றாள். இவளுக்கு சுகி என்ற மகளும் உண்டு. இவளே கிளிகளைப் பெற்றெடுத்தவள். சரஸையின் மகன் கங்கன் (நீண்ட சிறகுகளைக் கெண்ட பறவைகள் இனத்தைச் சேர்ந்தவன்). அருணனின் மனைவி ஸ்யேனிக்கு சம்பாதி, ஜடாயு என்னும் மாபெரும் ஆற்றலும் வலிமையும் கொண்ட கழுகுகள் பிறந்தன. சுரஸை, நாகங்களையும், கத்ரு புன்னாகங்களையும் பெற்றாள். தொலைவு, விரிவு எனப் பொருள்படும் கருடன், அருணன் என இரண்டு மகன்களை வினதை பெற்றாள்.

மனிதர்களிடையே தெய்வப் பிறவிகள்

மனிதர்களிடையே பிறந்த தேவர்கள், அசுரர்கள், ராட்சசர்கள், சிங்கங்கள், புலிகள், இதர விலங்குகள், பாம்புகள், பறவைகள்.

அசுரர்களில் முதலாமவன் விப்ரசித்தி. இவன் ஜராசந்தன் எனப் பெயர்பெற்ற மன்னனானான். திதியின் புதல்வன் ஹிரண்யகசிபு. மானுட உலகில் சிசுபாலனாக பிறந்தான்.

பிரஹல்லாதனின் தம்பி சம்ஹ்லாதன் என அறியப் பட்டவன் பிரபலமான சல்லியனாக மனிதர்களிடையே பிறந்தான்.

பிரஹல்லாதனின் கடைசித் தம்பியான துடிப்பான அனுஹ்லாதன் திருஷ்டகேது எனப் பூவுலகில் அறியப்பட்டான்.

திதியின் மகனான சிபி பூமியில் புகழ் வாய்ந்த மன்னனான துருமனாகப் பிறந்தான்.

பெரும் வலிமை கொண்ட அசுரன் பாஷ் கலன், பகதத்தன் என்னும் மாவீரனாகப் பிறந்தான்.

அயசிரன், அஸ்வசிரன், துடிப்பான அயசங்கு, ககன மூர்த்தன், வேகவான் ஆகிய ஐந்து பெரும் அசுரர்கள் கேகய வம்சத்தில் பிறந்து மகத்தான மன்னர்களானார்கள்.

கேதுமான் என்னும் பெயர் கொண்ட பெரும் சக்தி படைத்த இன்னொரு அசுரன் பூவுலகில் அமிர்தௌஜஸ் என்னும் மன்னனாகப் பிறந்தான்.

ஸ்வர்ப்பானு என்ற அசுரன் உக்கிரசேனன் என்ற மன்னனாகப் பிறந்தான்.

அஸ்வன் என அறியப்பட்ட அசுரன் பூவுலகில் அசோகன் என்னும் மன்னனானான்.

அஸ்வனின் தம்பி அஸ்வபதி பூவுலகில் வலிமை வாய்ந்த மன்னன் ஹார்திக்யன்.

பூவுலக மன்னன் தீர்க்கபிரக்ஞன் விருஷபர்வன் என அறியப்பட்ட மகத்தான, ஐஸ்வர்யம் மிகுந்த அசுரனின் மறு பிறவி.

விருஷபர்வனின் தம்பி அஜகன் பூவுலகில் சால்வன் என்னும் மன்னனாகப் பிறந்தான்.

அஸ்வக்ரீவன் என்னும் பெயர் பெற்ற வலிமை வாய்ந்த அசுரன் பூவுலகில் ரோசமானான் என்னும் மன்னனாகப் பிறந்தான்.

சூக்ஷ்மன் என்னும் அறிவுக்கூர்மை வாய்ந்த அசுரன் புகழ்பெற்ற மன்னன் பிருஹத்ரதனாகப் பிறந்தான்.

அசுரர்களின் முதலாமவனான துஹுண்டன் சேனாவிந்து என்னும் அரசனாகப் பிறந்தான்.

இஷுபாத் என்னும் வலிமை வாய்ந்த அசுரன் புகழ்பெற்ற நக்னஜித் என்னும் மன்னனாகப் பிறந்தான்.

ஏகசக்ரன் என்னும் அசுரன் பிரிதிவிந்தியனாகப் பிறந்தான்.

பல்வேறு போர் முறைகளில் வல்லவனான விரூபாக்ஷன் என்னும் அசுரன் சித்ரதர்மன் என்னும் மன்னனாகப் பிறந்தான்.

அசுரர்களில் முதல்வனும் சாகச வீரனுமான ஹரன் புகழ்வாய்ந்த சுபாஹுவாகப் பிறந்தான்.

எதிரிகளை அழிக்கும் ஆற்றல் கொண்ட அஹரன் என்னும் அசுரன் பாஹ்பிகன் என்ற மன்னனாகப் பிறந்தான். சந்திரன் போன்ற முகமுள்ள நிசந்திரன் முஞ்சகேசன் என்னும் மன்னனாகப் பிறந்தான்.

போரில் வெல்லப்படாத வலிமை கொண்டவனும் அறிவுக் கூர்மை கொண்டவனுமான நிகும்பன் தேவாதிபன் என்னும் மன்னனாகப் பிறந்தான். மன்னர்களில் இவன் முதலாமவன்.

திதியின் மகன்களில் ஒருவனான மகத்தான அசுரன் சரபன் பூவுலகில் ராஜகுரு பௌரவனாகப் பிறந்தான்.

குபடன், சுபார்ஸ்வன் என்னும் மன்னனாகப் பிறந்தான்.

கபடன், பார்வதேயன் என்னும் ராஜ குருவாகப் பிறந்தான். இவன் தங்க மலைபோல ஜொலித்தான்.

சலபன் பூவுலகில் பிரஹல்லாதன் என்னும் மன்னனாகப் பிறந்தான்.

அழகிய தோற்றம் கொண்ட சந்திரன் பூமியில் காம்வோஜஸ் என்னும் நாட்டின் மன்னன் சந்திரவர்மனாகப் பிறந்தான்.

சூர்யன் என்னும் அசுரன் ரிஷிகன் என்னும் ராஜ குருவாகப் பிறந்தான்.

அசுரர்களில் சிறந்தவனான மிருதபன் பஸ்சிமானூபகன் என்னும் மன்னனாகப் பிறந்தான்.

ஆற்றல் வாய்ந்த மகத்தான அசுரன் கவிஷ்டன் துருமசேனன் என்னும் மன்னனாகப் பிறந்தான்.

மயூரன் என்னும் மாபெரும் அசுரன் விஸ்வன் என்னும் அரசனாகப் பிறந்தான்.

மயூரனின் கடைசித் தம்பி சுபர்ணன் பூமியில் கலாகீர்த்தி என்னும் மன்னனாகப் பிறந்தான்.

சந்திரப்ரமர்தனன் என்னும் வலிமை வாய்ந்த அசுரன் ஜானகி என்னும் அரசனாகப் பிறந்தான்.

தீர்க்கஜிஹ்வா என்ற பெயர் கொண்டவன் அசுரர்களில் காளை போன்றவன். பூமியில் காசிராஜன் என்ற மன்னனாக இவன் பிறந்தான்.

சின்ஹிகைக்குப் பிறந்த அந்தராகு, சூரியனையும் சந்திரனையும் தண்டித்தவன். பூமியில் கிராதன் என்ற அரசனாகப் பிறந்தான்.

தனாயுஸின் நான்கு புதல்வர்களில் மூததவனான விக்ஷரன் பூமியில் துடிப்புள்ள அரசனான வசுமித்ரனாகப் பிறந்தான்.

விக்ஷரனின் இரண்டாவது தம்பி பூமியில் பாண்டிய நாட்டின் மன்னனானான்.

வீரன் என்னும் பெயர் கொண்டவன் அசுரர்களில் சிறந்தவன். பவுண்ட்ரமாத்ஸபகன் என்னும் அரசனாக இவன் பிறந்தான்.

விருத்திரன் என்னும் மகத்தான அசுரன் பூமியில் மணிமான் என்னும் ராஜ குருவாக விளங்கினான்.

விரிதனின் தம்பி குரோதஹந்தா தண்டன் என்னும் மன்னனாகப் பிறந்தான்.

குரோதவர்த்தனன் என அறியப்பட்ட இன்னொரு அசுரன் தண்டதாரன் என்னும் மன்னனாகப் பிறந்தான்.

காலேயர்கள் என அறியப்பட்ட எட்டுப் புதல்வர்களும் பூமியில் புலிக்கு ஒப்பான ஆற்றல் கொண்ட மன்னர்களாக விளங்கினார்கள்.

அவர்களில் மூத்தவன் மகத நாட்டு மன்னன் ஜயத்சேனன்.

இரண்டாமவன் இந்திரனுக்கு ஒப்பான வலிமை படைத்தவன். அபராஜிதன் என அறியப்பட்டவன். மூன்றாமவன் மகத்தான ஆற்றல் கொண்டவன். மாயத் தோற்றங்களை உருவாக்கக்கூடியவன். மாபெரும் ஆற்றல்கள் கொண்ட நிஷாத மன்னனாக இவன் விளங்கினான்.

நான்காமவனாக அறியப்பட்டவன் பூமியில் சிறந்த ராஜ குருவான ஸ்ரேனிமத் எனக் குறிப்பிடப்பட்டான்.

இவர்களில் சிறந்த அசுரனான ஐந்தாமவன் மஹோஜஸ் நாட்டின் மன்னனாக விளங்கினான். இவன் எதிரிகளை ஒடுக்கும் ஆற்றல் கொண்டவன்.

ஆறாமவன் மகத்தான அறிவுக்கூர்மை கொண்டவன். பூமியில் அபீரு என அறியப்பட்ட சிறந்த ராஜகுருவாக விளங்கினான்.

ஏழாமவன் கடலின் மையத்திலிருந்து தொடங்கிப் பூமி முழுவதும் அறியப்பட்ட சமுத்திரசேனன் என்னும் மன்னனாகப் பிறந்தான். சாஸ்திரங்களின் உண்மைகளை இவன் நன்கு கற்றறிந்தான்.

காலேயர்களில் எட்டாமவன் பிர்ஹத் என்னும் மன்னனாவான். அனைத்து உயிரினங்களுக்கும் நன்மை புரியும் மன்னனாக விளங்கினான்.

குக்ஷி என அறியப்பட்ட வலிமை வாய்ந்த தானவன் பூமியில் பார்வதீயன் என்ற மன்னனாக விளங்கினான். இவன் தங்க மலைபோலப் பிரகாசித்தான்.

மாபெரும் ஆற்றல் கொண்ட கிரதனன் என்னும் அசுரன் பூமியில் சூர்யாக்ஷன் என்னும் மன்னனாக விளங்கினான்.

சூரியன் என்னும் பெயர் கொண்ட அசுரன் அழகின் வடிவாகத் திகழ்ந்தான். தரதன் என்னும் பெயரில் பஹ்லீக என்னும் நாட்டின் மன்னனாக விளங்கினான. இவன் மன்னர்களில் முதன்மையானவனாக அறியப்பட்டான்.

குரோதவசர்கள் என அறியப்பட்ட அசுரர்களிட மிருந்து பல மன்னர்கள் பிறந்தார்கள். அவர்களுடைய பெயர்கள்: மத்ரகன், கர்ணவேஷ்டன், சித்தார்த்தன், கீடகன், சுவிரன், சுபாஹு, மஹாவீரன், பாஹ்லீகன், கிரதன், விசித்திரன், சுரதன், நீலன், சீரவாஸஸ், பூமிபாலன், தந்தவக்த்ரன், துர்ஜயன், ருக்மி, ஜனமே ஜயன், அஷாடன், வாயுவேகன், பூரிதேஜஸ், ஏகலவ்யன், சுமித்ரன், வாடதானன், கோமுகன், கரூஷகர்கள் என அழைக்கப்பட்ட பழங்குடி இன மன்னர்கள், க்ஷேமதூர்த்தி, ஸ்ருதாயுஸ், உத்வஹன், பிருஹத்சேனன், க்ஷேமன், அக்கிரதீர்த்தன், மதிமான், ஈஸ்வரன்.

மாபெரும் வலிமை படைத்த காலநேமி உக்கிரசேனனின் மகனாகப் பிறந்தான். இவன் கம்சன் என அறியப்பட்டான்.

தேவகன் பூமியில் கந்தர்வர்களின் மன்னனாகப் பிறந்தான்.

பரஜ்வாஜரின் புதல்வரான துரோணர் பெண்ணிடமிருந்து பிறக்கவில்லை. தேவலோக ரிஷி பிருஹஸ்பதியின் ஒரு அம்சத்திலிருந்து பிறந்தார்.

அவருடைய மகன் மாவீரன் அஸ்வத்தாமன், மகாதேவன், யமன், காமன், குரோதன் ஆகியோரின் அம்சங்களின் ஒன்றுதிரண்ட வடிவமாகப் பூமியில் பிறந்தான்.

எட்டு வசுக்கள் கங்கைக்கும் அவள் கணவன் சந்தனுவுக்கும் பிறந்தார்கள்.

அவர்களில் இளையவன் பீஷ்மர்.

கிருபர் ருத்ரர்கள் என்னும் இனத்தில் பிறந்தார்.

எதிரிகளை நசுக்கும் சகுனி துவாபரனாக விளங்கினான்.

மருத்துக்கள் என்று அழைக்கப்படும் கடவுள்களின் அம்சங்களிலிருந்து பிறந்தவன் சாத்யகி.

துருபதன் அதே பிரிவைச் சேர்ந்தவர்களிடமிருந்து பிறந்தான்.

கிருதவர்மனும் அதே பிரிவைச் சேர்ந்த தேவர்களிடமிருந்து பிறந்தான்.

அதே கடவுள்களின் அம்சங்களிலிருந்து விராடன் பிறந்தான்.

குரு வம்சத்தில் பிறந்த ஹம்சன் கந்தர்வர்களின் மன்னனானான்.

திருதராஷ்டிரன் கிருஷ்ண துவைபாயனரின் வித்திலிருந்து பிறந்தான்.

பாண்டுவும் அவ்வாறே பிறந்தான்.

விதுரன் தர்மதேவதையின் அம்சத்தில் வியாசருக்கு மகனாகப் பிறந்தார்.

துரியோதனன் பூமியில் கலியின் அம்சம்.

புலஸ்தியரின் மகன்கள் (அரக்கர்கள்) பூமியில் துரியோதனனின் தம்பிகளாகப் பிறந்தார்கள்.

திருதராஷ்டிரனுக்கும் வைசிய குலத்தைச் சேர்ந்த பெண்ணுக்கும் பிறந்தவன் யுயுத்சு.

திருதராஷ்டிரனின் மூத்த மகனிலிருந்து தொடங்கி வரிசைக் கிரமமாக அனைத்துப் புதல்வர்களின் பெயர்கள்: துரியோதனன், யுயுத்ஸு, துச்சாதனன், துஸ்ஸகன், துஸ்சலன், ஜலகந்தன், சாமன், சஹன், விந்தன், அனுவிந்தன், துர்தர்ஷன்,

சுபாஹு, துஷ்ப்ரதர்ஷன், துர்மர்ஷனன், துர்முகன், துஷ்கர்ணன், விகர்ணன், சுலோசனன், சத்வான், சித்ரன், கபசித்ரன், சித்ராட்சன், சாருசித்ரன், சரஸனன், துர்மதன், துர்விகாஹன், விவித்சு, விகடிநந்தன், ஊர்ணநாபன், சுனாபன், நந்தன், உபநந்தன், சித்ரபானன், சித்ரவர்மன், சுவர்மன், துர்விரோசனன், அயோபாஹு, மஹாபாஹு, சித்ராமகன், சித்ரகுண்டலன், பீமவேகன், பீமபலன், வாலகி, பேலவர்த்தனன், உக்ராயுதன், சுஷேனன், குந்தாதரன், மஹோதரன், சித்ராயுதன், நிஷாம்கி, பாசி, பிருந்தாரகன், த்ரிதவர்மன், த்ரிதக்ஷத்ரன், சோமகீர்த்தி, அந்துதரன், த்ரிதஸந்தன், ஜராசந்தன், சத்யசந்தன், சதாசுவாகன், உக்ரஸ்ரவஸ், உக்ரசேனன், சேனானி, துஷ்பராஜன், அபராஜிதன், குந்தசி, விசாலாக்ஷன், துராதரன், த்ரிதஷ்டன், வதவேகன், சுவர்ச்சன், ஆதித்யகேது, பஹவாசி, நாகதத்தன், உக்ரசாயி, கவசி, கிராதனா, குந்தி, பீமவிக்ரன், தனுர்தரன், வீரபாஹு, ஆலோலுபன், அபயன், த்ரிதகர்மாவு, த்ரிதரதாஸ்ரயன், அனாத்ருஷ்யன், குந்தபேதி, விராவி, சித்ரகுண்டலன், பிரதாமன், அமப்ரமாதி, தீரகரோமன், சுவீர்யவான், தீர்க்கபாஹு, சுஜாதா, காஞ்சனத்வஜா, குந்தாசி, விரஜாசா. யுயுத்சு, திருதராஷ்டிரனுக்கு வைசிய குலத்தைச் சேர்ந்த மனைவியின் மூலம் பிறந்தவன்.

துச்சலை என்னும் மகளும் உண்டு.

கௌரவர்கள் துச்சலையை ஜயத்ரதனுக்கு மணம் செய்து வைத்தார்கள்.

யுதிஷ்டிரன் தர்மனின் அம்சம்.

பீமன் வாயுதேவனின் அம்சம்.

அர்ஜுனன் இந்திரனின் அம்சம்.

நகுலனும் சகாதேவனும் இரட்டையர்களான அஸ்வினி தேவர்களின் அம்சம்.

சோமனின் புதல்வனான பலம் பொருந்திய வர்ச்சஸ் அர்ஜுனனின் மகன் அபிமன்யுவாகப் பிறந்தான்.

●